పలక-పెన్సిల్
ఒక మగవాడి డైరీ

పూడూరి రాజిరెడ్డి

మంచి వచనం రాస్తాడని పేరు తెచ్చుకున్న పూడూరి రాజిరెడ్డి ఉద్యోగరీత్యా జర్నలిస్టు. తొమ్మిదేళ్లుగా ఈ వృత్తిలో ఉన్నారు.

ఒక మగవాడి ఫీలింగ్స్ సంకలనం 'మధుపం' పుస్తకాన్ని 2009లో వెలువరించారు.

తాత్విక భూమికతో ఆయన రాసిన కథలు: 'నాలో(కి) నేను', 'మరణ లేఖలు', 'చింతకింది మల్లయ్య ముచ్చట', 'చినుకు రాలినది', 'కాశెపుల్ల', 'రెండడుగుల నేల'.

పింగళ నామ సంవత్సరం, శ్రావణ మాసం, బహుళ త్రయోదశి రోజు(1977 సెప్టెంబరు 11) జన్మించిన రాజిరెడ్డి స్వస్థలం కరీంనగర్ జిల్లా చందుర్తి మండలం నర్సింగాపురం గ్రామం.

పలక–పెన్సిల్

ఒక మగవాడి డైరీ

రచన

పూడూరి రాజిరెడ్డి

సారంగ బుక్స్

SAARANGA BOOKS

Published by Saaranga Publishers

www.saarangabooks.com

Palaka-Pencil - The Diary of a Man: *Poodoori Rajireddy*

First Edition: August 2013

Cover art: Anwar

Cover Photos: Writer

Writer's Photo: Shiva Mallala

ISBN-13: 978-0-9884686-0-3

For copies:
Navodaya Book House
Opposite Arya Samaj Mandir, Near Kachiguda crossroads, Hyderabad 500027
Phone No: 040 24652387

Outside India:
editor@saarangabooks.com, phone no: +1 (512) 699-1682 or contact directly:
On Web: Amazon & AVKF

Price: Rs. 75(India) U.S. $6.95 (International)

Designed by: Akshara Sita, Hyderabad.

Printed at: Charita, Hyderabad.

నువ్వీ పని ఎలా చేయగలిగావురా దివీ!

అంజక్క, చెల్లి, తమ్ముడు, నేను

23-5-1982 ::: పూడూరి దివాకర్‌రెడ్డి ::: 24-5-2011

నేను ఏదో రాసుకుంటున్నప్పుడు, ఉన్నట్టుండి
వెనక నుంచి వచ్చి, 'భ్బే...' అని భయపెట్టి, నవ్వి,
'ఇన్ని రోజులూ చనిపోయినట్టు నటించాను,'
అని నువ్వు అనగలిగితే ఎంత బాగుండు!

ఈ మగవాడి డైరీలో...

ముందుమాట

వొక అనుదిన తాత్వికుడి డైరీ!

ముందు వొక కన్ఫెషన్!

చేసిన పాపం చెప్పేస్తే పోతుందో లేదో తెలియదు కానీ, రాజిరెడ్డి అప్పుడప్పుడూ రాసుకుంటూ వస్తున్న ఈ చిరు ఉద్వేగాల కవిలెకట్ట చదవడం మొదలెట్టాక, కాసేపటికే నేను పప్పులోనో, తప్పులోనో కాలు వేసేశాను. ఈ సంభాషణ సాగుతున్న సమయాన తెలిసింది నాకు సాహిత్యంలోనూ, ఇప్పటికిప్పుడు జీవితాన్ని గురించి ఆలోచించే పద్ధతి లోనూ కొన్ని దాటలేని ఫిక్సేషన్లు/ ఫిక్షన్లూ వున్నాయి. అంటే, నేను సాయిగ్గా ఆలోచించే పద్ధతి వొకటి ఉంది, రాసే పద్ధతి కూడా వొకటి ఉంది. రాజిరెడ్డిని కూడా నేను అట్లనే చూడడమూ/ చదవడమూ/ నా పాయింటు నించి రాజిరెడ్డి పలకనీ, పెన్సిల్‌నీ, పెన్నునీ ఒక మాట అనడమూ జరిగిపోయాక- ఇంకో కథ జరిగింది. ముందు నా కథ చెప్పిన తరువాత అది చెప్పుకొస్తా.

1

రెండు రోజుల నిర్విరామ సభలు, చర్చల సందడి తరువాత ఓ ఆదివారం పొద్దున యేల్ యూనివర్సిటీ క్యాంపస్‌కి సెలవు చెప్పేసి, న్యూ హేవెన్‌లో రైలెక్కి శరీరంలోకి మొదటి కాఫీ వెచ్చగా ప్రవహిస్తున్నప్పుడు, ఇరుగు పొరుగు ప్రయాణీకుల కబుర్లు చెవుల మీద హాయిగా ప్రయాణిస్తున్నప్పుడు గుర్తొచ్చాడు మా రాజిరెడ్డి. పట్టాల పక్కన వూళ్లూ, చిన్న చిన్న సెలయేళ్లూ, అడవులూ, కొండలూ, మరీ పక్కన మన వూరి రైలు పట్టాల పక్కన వున్నట్టే. అయితే ఆకుపచ్చులోనో, కాకపోతే బంగారం రంగులోనో పలకరించే చేలూ. అప్పుడప్పుడూ పట్టాలకి సమాంతరంగా వున్న అవతలి రోడ్డు మీద ఒకటీ రెండు

వాహనాల మెరుపు విసుర్లూ. పుట్టినూరికీ, పెరిగినూరికీ, ఇప్పుడు వున్న వూరికీ కూడా ఊహించలేనంత భౌతిక దూరంలో వున్నప్పుడు, రాజిరెడ్డి పలకా పెన్సిల్ పట్టుకునొచ్చాడు చెప్పాపెట్టకుండా. అప్పుడే కొన్న నల్ల పలక అతని చేతుల్లో- అప్పుడే కొనుక్కొచ్చిన పెన్సిల్‌కి ప్రాణమే పోతుందేమో అన్నంత జాగ్రత్తగా ములికి తీస్తూన్నట్టుగా అతని మాటలు.

పలక మీద బలపంతో, తెల్ల కాయితం మీద పెన్సిల్‌తో మొదలయ్యింది మా సంభాషణ. వొక అనుదిన ప్రయాణానికి, ఆ ప్రయాణంలోని అనుక్షణ అంతర్ముఖత్వానికి మాటలు నేర్పే ప్రయత్నం మొదలయ్యింది రాజిరెడ్డి వాక్యాల వెంట.

ఈ వొక్కో రచనా చదువుతున్నప్పుడు- వొక పెయింటింగ్ గీశాక, వొక ప్రత్యేకమైన యాంగిల్‌లో కాస్త ఎడంగా నిలబడి తన పెయింటింగ్ వైపు తానే ప్రశ్న ముఖంతో, సంశయ నేత్రంతో, సమాధానపడడానికి నిరాకరించే వొక అస్థిమితత్వంతో తన రేఖల్ని తానే తర్కించుకునే, తకరారుపడే చిత్రకారుడవుతాడు ప్రతి పాఠకుడూ. ఆ పెయింటింగ్ పేరు జిందగీ!

దాన్ని కళగా బతికే వాడి అంతరంగ కథనం ఈ 'పలకా పెన్సిల్'. చదివినంతసేపూ తన యాదిలోకి తీసుకువెళ్లి, తీరా చదివిన తరువాత దాన్ని మన యాదిగా మార్చే జ్ఞాపకశిల్పి రాజిరెడ్డి.

ఆ అస్థిమితమైన చిత్రకారుడి మాదిరిగానే ఈ చిన్న కథనాలు చదివిన వెంటనే, మనం కూడా మన జీవితాన్ని కాస్త ఎడంగా, దూరంగా నిలబడి వొక పెయింటింగ్‌వైపు చూస్తున్నట్టు ఆబ్జెక్టివ్‌గా చూసుకోవాలన్న తపన కలిగిస్తాడు రాజిరెడ్డి. అయితే, ఈ ఆబ్జెక్టివిటీ మనలోని సబ్జెక్టివిటీని సున్నితమయిన వేళ్లతో తట్టి లేపే డ్రీమ్‌గర్ల్ లాంటిది.

అవును కొంత దూరం కావాలి, జీవితాన్ని మరీ దగ్గిరగా చూడడానికి.

ఏదో వొక ప్రయాణం – మరీ ముఖ్యంగా రైలు ప్రయాణం అలాంటి దూరానికి మంచి ప్రారంభం కావచ్చు. 'సైర్ కరో' అని ఊరికే మొత్తుకున్నాడా ఆ కవి ఎవరో కానీ! వున్న స్థితి నించి వొక ఎడబాటు, కొత్త స్థితిలోని ఇంకో తడబాటు బతుక్కి కనీస అవసరం. స్థిరత్వం, కదల్లేనితనం వొక శాపం. అది భౌతికమయినా, మానసికమయినా సరే! అలాంటి ఎటూ కదల్లేనితనం మీద కోపం మా రాజిరెడ్డికి. దాన్ని యాది చెయ్యడానికి అతని ఈ నల్ల పలకా, ఈ తెల్ల మలియల పిచ్చిగీతలు. అన్ని అమాయకత్వాలనీ కొల్లగొట్టిన ఈ కీబోర్డు యుగంలో ఆ పెన్సిల్ పిచ్చి రాతలు కావాలంటాడు రాజిరెడ్డి. కీబోర్డుకి విరోధాభాస ఈ పెన్సిల్. ఆయిలు రసాయనాల మరకలతో మైలపడిన మనసుని క్లీన్ స్లేట్ చెయ్యడం అతని ప్రయత్నమేమో ఈ రాతల కింద కనిపించీ కనిపించని గీత గీస్తూ/ గీయకుండా చెప్పిన సంగతులు.

'వయసు పెరిగే కొద్దీ ఇన్నోసెన్స్ తరిగిపోతుంది,' అంటున్నాడు రాజిరెడ్డి మధ్యలో ఎక్కడో.

మనిషి అమాయకుడు అన్నది వొట్టి అమాయకపు ప్రకటన. ప్రకృతి అమాయకత్వం కూడా అమాయక ప్రకటనే. మనిషీ, ప్రకృతీ వెరసి జీవితం కోర్టు కాదు తన పని తాను చేసుకుంటూ పోవడానికి. ఆ మాటకొస్తే కోర్టులైనా ఎప్పుడూ తమ పని తాము చెయ్యవు. ఏదో వొక మానసిక హస్తం దాన్ని లాఘవంగా పని చేయిస్తుంది. అన్నిటినీ నడిపించే అదృశ్య శక్తి వొకటి వుందా లేదా అన్న మరీ దూరపు ప్రశ్న వద్దు కానీ, మన జీవితాలకి ఇరువైపులా మనల్ని నడిపించుకునే శక్తులం మనమే, కాసేపు నెపం ఎవరి మీదకో మోపుతాం కానీ! కాబట్టి ఈ పలక మీద పడ్డ రాతల్లో మన చెయ్యే గట్టిగా కనిపిస్తుంది. దాన్ని మళ్లీ వుమ్మి పెట్టి తుడుచుకుంటామో, ఇంకెలా తుడుచుకుంటామో తెలీదు కాని, ఒక్కోసారి తుడుచుకు తీరాలి, కొత్త రాతల కోసం.

అయితే ఎలా మొదలుపెట్టాలన్నది ఎప్పుడూ వొక అవస్థే! ఆ విషయంలో సంశయాలు లేకపోవడం రాజిరెడ్డి యిజం. కాస్త మోటుగా అంటున్నానని ఎవరూ అన్యధా భావించకపోతే, అలాంటి సంశయాలు లేని ఇజం అచ్చంగా పల్లెటూరి మేళం. పల్లెలో పుట్టినవాడికీ, పట్నంలో పుట్టినవాడికీ ఆ తేడా తప్పక ఉంటుంది. పల్లెటూరి మొహంలో వొక స్వచ్ఛమయిన కళ వుండి తీరుతుంది. సరే, పల్లెటూర్లు మారడం లేదా అంటే మారుతున్నాయి. కానీ పట్నం మారినట్టు కాదుగా! ఒక ఏమీ లేనితనంలోంచి వొక్కొక్క పుల్లా, గడ్డిపోచా పోగు చేసుకుంటూ గూడు కట్టుకుంటుంది పల్లె పక్షి. అన్ని వుండి కూడా దేనినీ సొంతం చేసుకోలేనితనంతో అనాథగా ఉండిపోతుంది పట్నం వ్యక్తిత్వం. మినహాయింపులు వుండవా అంటే వుంటాయి.

ప్రపంచపటం మీద తన వూరు కనీసం ఒక చుక్క కూడా కాదు అన్న లేమిలోంచి మొదలైన ప్రయాణానికీ, ఒక పెద్ద కేంద్రంలోంచి మొదలైన ప్రయాణానికీ తప్పనిసరిగా తేడా వుంటుంది. ఆ తేడా ఎప్పటికీ వుంటుంది, ఎంత దూరం వెళ్లినా. ఆ తేడాని రాజిరెడ్డి ప్రతి వాక్యం పట్టిపట్టి చూపిస్తుంది. పట్నవాసపు ఇరుకు గురించి మాట్లాడుతున్నప్పుడు కూడా రాజిరెడ్డిలోని ఆ పల్లె చూపే కనిపిస్తుంది. అట్లాగని, ప్రతి దానికీ వెనక్కి వెళ్లాలి అన్న చాదస్తం పెట్టుకోకుండా, ముందుకు వెళ్తున్నకొద్దీ వెనక్కి కూడా చూసుకుంటూ నడవాలి అన్నది రాజిరెడ్డి ఫిలాసఫీ అనిపిస్తోంది నాకు. రాజిరెడ్డి ఈ పుస్తకంలో వొక ప్రయాణాన్ని పలకలో శుభ్రంగా తెల్ల బలపంతో గీసుకున్నాడు, ఇంకో దశ తిరుగుడుని (తల తిరుగుడుతో సహా) పెన్సిల్ గీతల కింద కాస్త subtleగా స్కెచ్ గీశాడు. ఈ రెండింటికీ నడుమ వున్న తేడాని చూడడం ఈ రాతలో వొక సరదా. ఆ తేడా

అనుభవానికీ, అనుభవాన్ని రికార్డు చెయ్యడానికీ మధ్య ఉండే ఉదాత్తమైన తేడా. కానీ, 'లేని ఉదాత్తత' కోసం పాకులాడలేదు రాజిరెడ్డి. పలక నించి పెన్సిల్‌కి వెళ్లేటప్పుడు అతని భాష అతనికి తెలియకుండానే మారిపోయింది, పల్లె పిల్లగాడి గొంతు పట్నపు గడుసు గొంతులోకి మారింది.

ఆ పై వాక్యం ముగించానో లేదో- చిత్రంగా మా రైలు న్యూయార్క్ మంత్ర నగరిలోకి అడుగుపెట్టింది. లోకం నెత్తి మీద కిరీటంలాగా ఆ ఆకుపచ్చ వంతెన నిటారుగా ప్రశ్న గుర్తులా నిలబడి ఉంది. నేనేమో తాటికాయల బండి నడుపుకునే పిల్లోడినై రాజిరెడ్డి వూళ్లోకి పరుగు పెడ్తున్నా, అధోముఖ న్యూయార్కు చీకటి భూగృహంలోంచి.

నాకు చాలా ఇష్టమయిన ప్రయాణం. ఎప్పుడు మొదలుపెట్టాను ఈ రాజిరెడ్డి అన్న సంతకం పెట్టుకున్న విచిత్ర వాక్య సమూహాలని వెంటాడడం?! అతను నన్ను వెంటాడుతున్నాడా, నేను అతణ్ని వెంటాడుతున్నానా? ఈ వేటకి మా ఇద్దరి భౌతిక అస్తిత్వాలతో ముడి వుందా? లేదా? అతనెలా వుంటాడు? నేనెలా వుంటానో అతనికి తెలుసా? ఎప్పుడూ కలుసుకోలేదు సరే, ఈ తొడతొక్కిడి లోకంలో ఎప్పుడైనా ఎక్కడైనా కనీసం ఇద్దరికీ వొకరికొకరికి తెలియకుండా మా నీడలు అయినా కలిసి వుంటాయా? చెప్పలేను. బతుకులో బహుదూరం వచ్చాక, ప్రపంచపటం మీద తలొక దిక్కుకీ చెదిరి పోయాక, అనూహ్యంగా కలిసిన (ఈ మిత్రుడిని ఈ-లేఖల ద్వారా కలిపిన పాత మిత్రుడు పంతంగి రాంబాబుకి కృతజ్ఞతలు చెప్పుకొని తీరాలి) ఈ రాజిరెడ్డినీ నన్నూ కలిపిన దారం ఏమిటి? సంక్లిష్ట వుద్రిక్త రక్త సందడి లాంటి అత్యాధునిక న్యూయార్కు నగర మధ్యాన, ఈ ప్రశ్న కొంచెం సెంటిమెంటల్‌గా ధ్వనించవచ్చు కానీ, ఇది నాకు చాలా అవసరమయిన ప్రశ్న. నా లోపలి ప్రపంచానికి వొక కొలమానం లాంటి ప్రశ్న. ఏ బంధమైనా వొక సంభాషణ లాంటిది. మన మాటా మాటా ఎక్కడిదాకా కలుస్తాయి/ఎక్కడ విడిపోతాయి అన్న దాని మీద బంధం నిలబడుతుంది. రాజిరెడ్డితో నా స్నేహం కచ్చితంగా రెండు విషయాల మీద నిలబడింది - నోరూ, వూరూ. నోరు అంటే మాట అనే నా ఉద్దేశం. ఇక వూరు సంగతి చెప్పక్కర్లేదు కదా. ఈ పుస్తకంలోనూ తన ఇతర రచనల్లోనూ చీటికి మాటికి రాజిరెడ్డి వూరికెళ్లి వస్తుంటాడు వూరూరికే!

2

రాజిరెడ్డి అన్నట్టే, 'ఊరు అనగానే సింబాలిక్‌గా ఏ ఒక్కటో గుర్తుకు రాదు.'

రాజిరెడ్డి సింబాలిజానికి ఇరుసు వూరు.

ఇదిగో కచ్చితంగా ఇక్కడే కాసేపు ఆగాలి నేను, ఎందుకంటే రాజిరెడ్డి వూరు దాకా చెప్పి ఆగిపోవడం లేదు కనుక.

'ఏ ఒక్కటో కాదు' అంటున్నాడు తీన్‌మార్ లాగా! కానీ, ఇలా వూరు దాకా రాజిరెడ్డిని ఆపెయ్యడంలో వొక సుఖం వుంది నాకు. కానీ, రాజిరెడ్డి 'మధుపం' ప్రేమికులకీ, ఇప్పుడు కొత్తగా 'పలక-పెన్సిల్'కి పుట్టబోయే ప్రేమికులకీ నేను అమాయకంగా దొరికిపోయే ప్రమాదం వుంది. అలాంటి ప్రమాదం మాధవ్ శింగరాజు, యాసీన్, క్రాంతి, మరీ ముఖ్యంగా యాకూబ్ పాషా వల్లా తప్పిపోయింది నాకు. వాళ్ల మాటలు నా ఫిక్సెషన్ల/ ఫిక్స్‌డ్ ఫిక్షన్ల దుమ్ము దులిపేశాయి.

ఫస్ట్ ఫస్టు ఇది వొక మగవాడి డైరీ అన్నది మరచిపోయాను నేను, ఆ పల్లె గొడవలో పడిపోయి!

అది వొక పల్లెటూరి పిల్లగాడిగా నాకు ఆడ, మగ వ్యవహారం తెలీదా అంటే, తెలుసు! కానీ, అందులో మనకందరికీ అసుఖమయిన వాస్తవికత ఏదో వుంది. తెలిసినా తెలియనట్టు దాచుకునే చిన్నపాటి ముసుగు ఏదో వుంది. నిజానికి పట్నంలో కంటే పల్లెలో ఈ వ్యవహారం కాస్త బాజాప్తాగా అనుభవంలోకి వచ్చే అవకాశమే వుంది. అలాంటి రహస్యమైన తలుపేదో తెరిచి, మనల్ని మనం కొత్తగా ఆలింగనం చేసుకునే రాతలు ఇందులో 'పెన్సిల్' గీతల కింద కనిపిస్తాయి.

వున్నట్టుండి ఎవరో మెత్తని చేతులతో మన గది తలుపులు కొట్టినట్టు వచ్చేసే తొలి యవ్వనం గురించి, ఇంతకుముందు ఎవరైనా మాట్లాడారా? మాట్లాడినా ఇప్పుడు రాజిరెడ్డి మాట్లాడే పద్ధతి వేరే. తొలి స్పర్శల తెల్లవారుజాము కలల్ని శోధించుకునే పెన్సిల్ రాతలు చదువుతున్నప్పుడు మన పదహారూ, పదిహేడుల మీంచి సినిమా రీలు గిర్రున తిప్పుతాడు రాజిరెడ్డి.

అవును, సినిమాలాగే కొన్ని భ్రమలూ, భ్రమరాలూ! వొంటినీ, మనసునీ కలవరపరిచే పాప్యులర్ కల్చర్ దృశ్యరాగ వర్ణాలూ! బతుకు నాటకం చరమాంకమ్ దాకా కొందరు అమ్మాయిల నిద్రమబ్బు కళ్లని తలచుకోకపోతే బతుకులోని రొటీన్ అర్థమే కాదు. అలాంటి వర్ణ/ వివర్ణ ఘడియల గాయాలూ మాయలూ తలచుకోవడంలో ఒక రిలీఫ్/ వాటిని పునరుజ్జీవించడంలో వొక పునర్జన్మ వేదనా ఉన్నాయి.

చిన్నప్పుడు ఆడుకున్న ఆమె బొమ్మ నించి, ఇంకో రకంగా పలకరించడం మొదలెట్టిన ఆమె అవయవాల నించి, మన ఇంట్లో ప్రత్యక్షమయిన మల్లె తీగంత చెట్టంత ఆడ మనిషి దాకా... ఎన్ని పాత్రల్లో ఆమె కనిపించినా ఆమెతో ఎన్ని భిన్న సంభాషణల్లో మునిగి తేలినా - కొన్ని ప్రశ్నలు తప్పవు. అలాంటి ప్రశ్నలకి జవాబులు వెతుక్కుంటు న్నాడా రాజిరెడ్డి? లేక, అలాంటి ప్రశ్నలు రేపి మనకి నిద్రాభంగం చేస్తున్నాడా? కొందరు

నిజ మనుషులూ, ఇంకా కొందరు అ-నిజ మనుషులూ, కొందరు వూహల్లో మనుషులూ, ఇంకా కొందరు మన వూహకి కూడా అందని మనుషులూ... రాజిరెడ్డి లోకం అంతా మనుషుల తొడతొక్కిడి.

కచ్చితంగా ఈ క్షణాన నేను Robert Orsi రాసిన పుస్తకం 'Between Heaven and Earth' చదువుతున్నా. అనేక రకాల అనుబంధాల, సంబంధాల, బంధాల సాలెగూడుని వెతుక్కుంటూ చివరికి అతనంటాడు:

Realness imagined this way may seem too little for some and too much for others. But it has always seemed real enough for me.

అవును కదా, ఇదంతా రాజిరెడ్డి తన చుట్టూ అల్లుకున్న అనుబంధాల బంధాల గూడు. ఇందులో తనెక్కడో తనకే తెలీదు. కానీ, ఆ గూటిలోకి మనల్నీ రమ్మంటాడు. పోనీ అని వెళ్తే, సుఖంగా వుండనిస్తాడా, లేదు! అక్కడ ప్రశ్నలతో వేపుకు తింటాడు. కానీ, ఆశ్చర్యంగా ఆ ప్రశ్నలన్నీ మనం కూడా వెతుక్కుని తీరాల్సిందే, మన నిజమైన ప్రపంచంలో మన నిజ, అ-నిజ మనుషులతో! అప్పుడు రాజిరెడ్డి లోకం అంతా మనకీ మన నిజంలాగే అనిపిస్తుంది.

ఆ నిజాన్ని సిరాగా మార్చే మొదటిసారి, పెన్ను పట్టిన క్షణం మీకు గుర్తుందా? ఇవాళ ఆ డిస్కవరీ అంత ముఖ్యం కాకపోవచ్చు గాని, మొదటిసారి మీరు హోంవర్క్ కాక, సిరాగా మార్చిన మీ ఆలోచనలు ఏమిటి?

జీవితం ఒక వొత్తిడి. మనసుకీ, చేతకీ మధ్య, ఆలోచనకీ, సిరాకీ మధ్య - మనసు తీసే కూని రాగాలన్నీ వరసబెట్టి కాయితమ్మీద తుమ్మెద బారులాగా చూసుకుంటే... అదిగో... అలాంటి పని రాజిరెడ్డి 'పెన్ను' చేసింది. అనేక రకాల వొత్తిళ్ల మధ్య మాట క్లుప్తం అవుతుంది. కానీ, మాటకి వొక పొందిక వస్తుంది. వొక జెన్ యోగి నిశ్శబ్దంలోంచి రాలిన హైకూలాంటి అరుదయిన ఆకులాంటి భాష.

కొత్త వైరుధ్యాల కురుక్షేత్రంలో గీతోపదేశమివ్వడానికి కృష్ణుడి లౌక్యమూ పనిచేయదు. కర్ణుడి విధేయత్వమూ పనిచేయదు. అమాయకత్వమూ, మాయా ఏమీ పనిచేయవు. ఎవరి గీత వాళ్లే రాసుకోవాలి, చెప్పుకోవాలి, వినాలి. ఈ ఆటలో మాటలకి పెద్ద పాత్ర లేదు. ఆడడం... వోడడం... గెలుపులో మజా లేకపోవచ్చు నిజంగా. ఎక్కినంతసేపూ హుషారుగా అనిపించే శిఖరం, తీరా శిఖ అందాక, నీరు కార్చేస్తుంది. అప్పుడు వొక తాత్వికుడు మన లోపలి నించి మాట్లాడతాడు. అది తత్వం అందామా? అంటే, అనడానికి మన దగ్గిర ఉన్న గీటురాళ్లన్నీ గిరవాటు కొట్టాలి. అలా గిరవాటు కొట్టేదాకా తీసుకువెళ్తాడు రాజిరెడ్డి 'పెన్ను' మూత తీసి!

3

'పిల్లవాడు పూర్తి చేసే తొలి పజిల్... నాయనమ్మకూ, చందమామలోని ముసలమ్మకూ తేడాలు వెతికే - స్పాట్ ద డిఫరెన్స్'.

ఈ వాక్యం రాజిరెడ్డి ఎందుకోసం రాసుకున్నాడో ఆ కారణం నాకు పెద్ద అవసరం లేదు. కానీ, ప్రతి మనిషికీ అతని మాటకీ ఒక pattern ఉంటుందని నేను గాఢంగా నమ్ముతా. రాజిరెడ్డిలోని వాక్యం ఎలా తయారు అవుతుందో చెప్పడానికి నాకు ఆ పైన రాసిన వాక్యం సాయపడింది.

అతను వాకిలి నించి చంద్రుడి దాకా, చంద్రుడి నించి మళ్లీ తన వాకిలి వెనకాలి ఇంటి దాకా, ఆ ఇంటి నించి బయటి ప్రపంచం దాకా చేసే సింబాలిక్ ప్రయాణంలో ఒక ఆసక్తికరమైన pattern ఉంది. అది చుక్కల్ని కలిపే ఆలోచనల ఆటలా ఉంటుంది. తన లోపల తెరుచుకుంటున్న కొత్త లోకానికి గీయబోతున్న మ్యాప్‌లాగా ఉంటుంది. కానీ, చిన్నప్పుడు సాంఘిక పాఠాల కోసం మూల పటాల కింద ట్రేస్ గీయడం కాదు. అతను తన వూహలోంచి ఒక సొంత పటం గీసుకుంటూ వెళ్తాడు, కాలి కింద నేలని వొడిసిపట్టుకునే!

కానీ అతను చిన్నప్పటి నించీ గీసుకున్న ఈ పటం ఎంత నికార్సయ్యిందంటే, అది కొంత దూరం వెళ్లాక పెన్సిల్ పట్టుకున్నప్పుడు, పెన్ను పట్టుకున్నప్పుడు, ఆ పెన్నుని వదిలి ఇప్పుడు భుక్తి కోసం కీబోర్డుని నొక్కుతున్నప్పుడు కూడా దాని అసలు రూపం మాసిపోలేదు. కాకపోతే, పెన్సిల్ గీసే నూతన యవ్వన స్కెచ్ రేఖలలో వొక అనూహ్యమైన మలుపూ, మెరుపూ పాఠకుడిని విస్మయంలో పడేస్తాయి. లోచూపూ, అంతర్ముఖీనతా, reflexivity అనే జీవన మూల్యాలు తోడయ్యాక మనిషి ఆలోచనల పరిధి ఎంత విశాలమవుతుందో పెన్సిల్ రాతలు చెబుతాయి. విశాలమయ్యే కొద్దీ ఆ పెన్సిల్ రాతలకి లోతు పెరగాలని పెన్ను రాతలు చెబుతాయి. వ్యక్తిత్వ వికాసం అనేది వ్యాపార వస్తువు కాదనీ, మనో వ్యాపారమనీ చాలా సునిశితంగా చెప్పుకుంటూ వెళ్లినట్టు అనిపిస్తుంది.

ఆ మాటకొస్తే, చాలామంది చాలా హడావుడి పడీ/ పెట్టీ చేసే పనులన్నీ వొక రచయితగా, బుద్ధిజీవిగా చాలా నిశ్శబ్దంగా కానీ నిక్కచ్చిగా చేసుకుంటూ వెళ్లిపోతాడు రాజిరెడ్డి. ఎక్కడో పీఠం మీద అధిష్ఠించి జీవన నిర్దేశం చేస్తున్నట్టుగా కాక, 'మై ఫ్రెండ్' అనే నిత్య ఆత్మీయ భావం కలిగిస్తూ జీవితానికి సన్నిహితంగా అనిపించే సత్యాలకి తెరతీస్తాడు రాజిరెడ్డి.

తాత్వికత అనేది అత్యంత గంభీరమయిన సత్యాల భోగట్టా అనీ, మహోదాత్త జీవన వాస్తవికతల మేలుకొలుపు అని చెప్పుకుంటున్న కాలంలో అనుదిన జీవితం వైపు

చూపూ, ఆలోచనా, అనుభూతుల్ని మళ్లిస్తున్నాడు రాజిరెడ్డి. అందుకే, నా దృష్టిలో రాజిరెడ్డి అనుదిన తాత్వికుడు. ఇతను చెప్పే జీవన సత్యాలు రోజు వారీ జిందగీని మలిచే నిజ అనుభవాలే. అందరికీ వుండే అనుభవాలే రాజిరెడ్డి చెబుతున్నాడు. కానీ, అతని పలుకులో అతని చూపులో ఆ అనుభవం ఎలాంటి చిత్రిక అవుతుందో చూడండి. అతని వాక్యం చదువుతున్నప్పుడు నాకు ఒక కాఫ్కా, ఇంకో కామూ, అప్పుడప్పుడూ కాస్త నీషే, ఇంకాస్త జీగ్మంట్ బౌమన్ ఛాయామాత్రంగా కనిపిస్తారు. కానీ, అలాంటి నీడలు మింగేసే వ్యక్తిత్వం కాదు రాజిరెడ్డిది. వాళ్లతో అతనిది దూరపు చుట్టరికమే. కానీ, ప్రతీ ఆలోచనకి వొక చరిత్ర ఉంటుందన్నది నా థియరీ. ఆ థియరీ నించి చూస్తే రాజిరెడ్డి ఆలోచనల కాన్వాస్‌కి ఒక 'గూయెర్నికా'కి ఉన్నంత విస్తృతి ఉంది. కానీ, ఎంత పికాసోనీ అయినా తిరగేసి చూడగల 'సోకాపి' ఫిలాసఫీ రాజిరెడ్డిది. అతని తెలుగు వాక్యం తయారయ్యే రీతిలో ఈ ఫిలాసఫీ తీరు కొట్టినట్టుగా కనిపిస్తుంది. అందుకే నేను అతన్ని గురించి ఒక వెబ్ పత్రికలో రెండేళ్ల క్రితం ఇలా రాశాను:

'ఇటీవలి నా ఇన్‌స్పిరేషన్ రాజిరెడ్డి. ఆకు మీద నీటి బిందువు జారుతున్నంత మెత్తగా, చలికాలపు బవిరి గడ్డాన్ని కోస్తూ మొండి బ్లేడు రాల్చిన నెత్తుటి గీరలా – రెండు రకాలా పదును రాజిరెడ్డి వాక్యం. ఎప్పుడు మెత్తదనం తాకుతుందో, ఎప్పుడు నెత్తుటి గీర ఆశ్చర్యంగా ఎర్రగా మెరుస్తుందో తెలీదు. ఇతని వాక్యాలు చదివాక వొక రహస్యం అర్థం అయ్యింది. బహుశా మనం పత్రికా భాషా పెత్తనంలో అసలు తెలుగు మరిచి పోయాము. ఇతను పత్రిక నీడలో వుండి కూడా తెలుగు పల్లెదనాన్ని, అసలు తెలుగు వాక్యపు 'కత్తిలోతు' (ఈ మాట మా వూరి మంగలిది, అతనికి థాంక్సు) దనాన్ని కాపాడు కుంటున్నాడు. లేకపోతే, అధిక రక్తస్రావంతో తీసుకుంటున్న నాగరీక తెలుగు కథల రాచపుండ్ల బారిన పడకుండా ఏ నాటు వైద్యం చేయించుకుంటున్నాడో!

రోజూ ఆ టీవీల సంకరత్వం చూస్తూ వింటూ కూడా చిన్నప్పుడు తన వూళ్లో ఆ పసిచెవుల్లో పడిన అమృతం ఆవిరైపోకుండా జాగ్రత్త పడుతున్నాడు.

ఇది ఎట్లా సాధ్యపడిందో రాజిరెడ్డి ఎప్పుడయినా చెప్పాలి.'

అప్పటి మాట మీదే ఇప్పుడూ నిలబడుతున్నా. కానీ, అప్పటి నా ప్రశ్నలకి కొన్ని సమాధానాలు ఈ పలక, ఈ పెన్సిల్‌లో దొరికాయి నాకు. మీరూ ఆ సమాధానాలు వెతుక్కోండి ఇక...!

– అఫ్సర్

(న్యూ హేవెన్, న్యూయార్క్, ఆస్టిన్ నగరాల మధ్య దారి, ఏప్రిల్ 15-18, 2011 మాడిసన్ విస్కాన్సిన్, జూలై 1-2, 2011)

రచయిత మాట

పలక మీద పెన్సిల్‌తో రాసిందేమిటి?

అవునుగదా, ఇవి పుస్తకంగా ఎందుకు వెయ్యకూడదు?

ఈ ఆలోచన వచ్చిన క్షణం నుంచీ నా ప్రాణం ప్రాణంలో లేదు.

అటు వెతికీ ఇటు వెతికీ... అబ్బే ఇది ఉండకూడదనుకొని, ఇది ఉంటే బానే ఉంటుందనుకొని, ఇందులో ఏముందనుకొని, ఏదో కొంత ఉన్నట్టే ఉందనుకొని...

జర్నలిజంలోకి వచ్చిన ఈ తొమ్మిదేళ్లలో సందర్భాన్ని బట్టి రకరకాల 'వ్యాసాలు' రాశాను. ఎన్ని రాసినా అన్నీ పుస్తకంగా వేయాల్సిన అవసరం లేదు. కొన్నింటికి 'టైమ్‌బౌండ్' ఉంటుంది. కొన్నింటికి పుస్తకంలో రావాల్సినంత 'అర్హత' ఉండదు. కొన్ని బాగున్నా మ్యాగజైన్ ప్రెజెంటేషన్‌లో ఉన్న వీలు ఇందులో ఉండదు. అలా నాకు నేనే వడగట్టుకుని ఈ ఐటెమ్స్‌ను షార్ట్ లిస్ట్ చేశాను.

ఇంకోలా చెప్పాలంటే, ఏ ఆదివారపు మధ్యాహ్నమో సోమరిగా కూర్చుని, ఫొటో ఆల్బమ్ తిరగేస్తుంటే, నిజంగా అప్పుడు మనం బాగుండేవాళ్లం అనిపిస్తుంటుంది చూడండి... అలా నా 'రాతప్రతులను' తిరగేస్తుంటే, నిజంగానే నేను అప్పుడు బాగా రాసేవాడిని అనిపించి ముచ్చట గొలిపినవే ఇందులోకి వచ్చాయి.

రాయడం అంటే నాకు వణుకు పుడుతుంది. ఐటెమ్ ఎలా వస్తుందోనన్న టెన్షన్! బాహ్య ఒత్తిడిలో రాసినవి కొన్ని. అంతర్గత ఒత్తిడి నుంచి రాసినవి కొన్ని. మొదటిది బాధ్యత. రెండోది సహజం.

అయితే ఎంత సహజమైన ప్రక్రియకైనా కొంత కృత్రిమత్వపు సహకారం అవసరం. అలాగే, ఎంత కృత్రిమంగా మొదలుపెట్టినదానిలోనైనా రాస్తూవుంటే మనకు తెలియకుండానే వచ్చిచేరేది ఉంటుంది, ఇలా రాయబోతున్నామని మనక్కూడా తెలియనిది. అదే అందులోని సహజత్వం.

ఈ ఆర్టికల్స్‌ను నాకు నేనే ముచ్చట పడటానికి ఇవి రెండూ కారణాలు.

...తుపాల్...

అవునుగదా, ఇవి పుస్తకంగా ఎందుకు వెయ్యకూడదు?

ఈ ఆలోచన వచ్చిన క్షణం నుంచీ నా ప్రాణం ప్రాణంలో లేదు.

కానీ సమస్యేమిటంటే, ఇవన్నీ ఏమిటి?

మనం ఒకటి రాస్తాం. అది ఏదైనా కావొచ్చు. అది ఒకటి. అంతే. రాశాక, అది కవిత్వం అవుతుందా? కథ అవుతుందా? వ్యాసం అనొచ్చా? లేకపోతే ఇంకేం అనొచ్చు? ఇలా ఉంటుంది మన ఆలోచన. అసలు దాన్ని ఏదో ఒక పరిధిలోకి ఎందుకు ఇమడ్చాలి? అది దానికదే స్వతంత్రం ఎందుకవదు? మన వేళ్లు పట్టుకుని ఇంతదూరం నడిపించిన పాత ప్రక్రియలను నిరసించడానికి నేను ఇది చెప్పట్లేదు. అంత సాహసం కూడా చేయను. నేను రాసిందానికోసం ఈ మాట అనవలసి వస్తోంది.

...తుపాల్...

అవునుగదా, ఇవి పుస్తకంగా ఎందుకు వెయ్యకూడదు?

ఈ ఆలోచన వచ్చిన క్షణం నుంచీ నా ప్రాణం ప్రాణంలో లేదు.

కానీ సమస్యేమిటంటే,

నాకు ఒక పుస్తకం చదువుతుండగానే రివ్యూ ఫామ్ అవుతూ ఉంటుంది, అది నేను అదే ఉద్దేశంతో చదువుతుంటే గనక. ఎలా ఎత్తుకోవాలి, ఎలా ముగించాలి, ఏమేం రావాలి... అనేది నాకు ఐడియా వచ్చేస్తూనే ఉంటుంది. అలాగే ఈ పుస్తకం వేద్దామనుకున్నప్పట్నుంచీ ముందుమాట ఇలా రాయాలి, ఇది మెన్షన్ చేయాలి, అని రకరకాలుగా ఆలోచించాను. కానీ పుస్తకంలో ఏమేం రావాలి, అన్నది తేల్చుకోవడానికి నాకు చాలా కాలం పట్టింది. ముందు అనుకున్న వెర్షన్స్ మారిపోయాయి. దీంతో నోట్స్ ఏమో ఉంది. ముందుమాటేమో లేదు. అందుకే ఈ తిప్పలు.

రాయకుండా కూడా వదిలేయొచ్చు. కానీ రచయిత నోటితో అదెందుకు రాశాడో, ఏం ఆలోచించాడో తెలుసుకోవడం నాకు బాగుంటుంది. ఏ పుస్తకాన్నయినా నేను ఈ ముందుమాటలు పూర్తిచేశాకే మొదలుపెడతాను. దీనివల్ల కూడా రచయిత రుచి ఏమిటో నాకు తెలుస్తుంది.

కానీ నాకు నిజంగానే రాయడం అంటే వణుకు పుడుతుంది. రాయకుండా ఉండగలిగే శక్తి ఉంటే నేను ఇంకా ప్రశాంతంగా బతకగలను. కానీ ఉండలేను. కాబట్టి ప్రశాంతంగా బతకగలిగే అదృష్టం నాకీ జన్మకు లేదు.

జిడ్డు కృష్ణమూర్తి మీదా, జలాలుద్దీన్ రూమీ మీదా, స్వామి వివేకానంద గురించీ, రాహుల్ సాంకృత్యాయన్ గురించీ, ఇంకా, బి అంటే బ్లాగు, భూటాన్ జీవనశైలి

(చిన్న దేశం పెద్ద సందేశం)... ఇలా కొన్ని 'నేను'లు, కొన్ని కవర్ స్టోరీలు, మరికొన్ని ఇంకేవో రాశాను. మొదట్లో చెప్పి నట్టు నాకు నేనే ముచ్చటపడగలిగే అర్హత ఉంది వీటికి. కానీ ఇవన్నీ నేను పుస్తకంగా వేయాల్సిన అవసరం ఉందా? నా ఉద్దేశం అవి నేను మాత్రమే చెప్పగలిగినవా? ఇదింకా పొగరు వాక్యంలాగా కనబడుతున్నట్టుంది. మరోసారి 'తుపాల్'ను ఆశ్రయించాల్సి వచ్చేట్టే ఉంది.

తుపాల్ అనేది మావైపు పిల్లల ఆటల్లో వినిపించే పదం. ఆటలో ఏదైనా తప్పు జరిగినప్పుడు ఈ మాటంటే ఆ తప్పు తప్పు కాకుండా పోతుంది. చూడండి చిత్రం! ఎంతో గంభీరంగా మొదలుపెడదామనుకున్న ముందుమాట... పుస్తకం టైటిల్‌కు తగ్గట్టే పిల్లవాడు రాసి కొట్టేసినట్టే అయింది.

*

ఓం నమఃశివాయ.

అవునుగదా, ఇవి పుస్తకంగా ఎందుకు వెయ్యకూడదు?

ఈ ఆలోచన వచ్చిన క్షణం నుంచీ నా ప్రాణం ప్రాణంలో లేదు.

అయితే, ఈ పుస్తకం వేయాలనుకున్నప్పటినుంచి నా మానసిక స్థితి రకరకాలుగా మారుతూ వచ్చింది. చివరకు 'నా', 'నేను' ఈ కోవలోకి వచ్చేవే పుస్తకంలోకి రావాలనుకున్నాను.

ఇందులో దాదాపు అన్నీ సాక్షి 'ఫన్‌డే', 'ఫ్యామిలీ'ల్లో అచ్చయినాయి. ఒకటి ఈనాడు 'ఆదివారం అనుబంధం'లోది. ఎటూ డైరీ మాట వచ్చింది కాబట్టి, అది ఇందులో చేర్చితే బాగుంటుందనిపించింది. ఒకట్రెండు నేరుగా పుస్తకం కోసమే రాశాను. వీటన్నింటి రచనాకాలం 2007 నుంచి 2011.

అయితే, నా మొదటి పుస్తకం 'మధుపం'లాగా వీటన్నింటినీ జనరలైజ్ చేయగలిగే అంతఃసూత్రం ఒకటి లేదు. కొన్ని నాస్టాల్జియా, కొన్ని స్వీయ ఘర్షణకు సంబంధించినవి, కొన్ని సహజంగానే స్త్రీ సంబంధిత ఫీలింగ్స్. అలాగే వీటి పొడవు కూడా ఒకటి అరపేజీకి సరిపోతే, ఇంకోటి నాలుగు పేజీలుంటుంది. ఈ వైరుధ్యాన్నీ, వైవిధ్యాన్నీ ప్రతిఫలించేట్టుగా పుస్తకం పేరు, క్యాప్షన్ ఉండాలనుకున్నాను.

పుస్తకం ఆలోచన వచ్చినప్పట్నుంచీ ఎందుకో 'పలక' నా మనసులోకి జొరబడింది, టైటిల్ తన మీద ఉండేట్టు చూడమని. బాల్యపు రాతలు ఉండటం వల్ల కాబోలు!

అందుకే, పలక బలపం అనుకున్నా.

కానీ ఇందులో పూర్తిగా బాల్యమే లేదు.

తర్వాత, పలక కలం, పలక పెన్ను... ఇలా కూడా ఆలోచించాను. ఎక్కడో తంతోందని తెలుస్తోందిగానీ ఒకటి ఎందుకో గుర్తేరాలేదు. ఆ మాట తట్టగానే, ఇదే కరెక్ట్ టైటిల్ అనిపించింది.

పలక పెన్సిల్...

దానికీ దీనికీ ఏ సంబంధమూ లేదు, ఒక విధంగా.

ఇంకో విధంగా చూస్తే రెండూ పిల్లవాడికి అపురూపమైన విషయాలు.

ఇంకా పిల్లాడే(పలక), కానీ ఆ పిల్లతనాన్ని దాటి(పెన్సిల్) కూడా కొన్ని మాట్లాడుతున్నాడు, అనేది కూడా ఈ టైటిల్ ఎన్నుకోవడంలో మరో ఉద్దేశం.

ఇంకా ముఖ్యంగా, సమీర అన్నట్టు, 'పలక పెన్సిల్ అంటే బలపం కదా!'

ఎగ్జామ్‌లో ఆన్సర్ తప్పు రాశానని తెలిసినా, దిద్దుకోవడానికి ఇష్టపడనంత విచిత్రమైన అలవాటు నాది. దిద్దితే పేజీ ఖరాబు అవుతుందనిపిస్తుంది. మొట్టమొదటగా అప్రయత్నంగా ఏది వచ్చిందో, అదే ఫైనల్. ఇదీ అంతే. సూట్ అయ్యిందో లేదో నాకు తెలియదు.

ఇంకా, మగవాడి డైరీ!

ఒక విధంగా 'డైరీ' అనడం కరెక్టు కాదు.

కానీ డైరీ రాతల్లో ఒక క్రమం ఉండదు. ఏదైనా రాసుకోవచ్చు. ఈ ఆర్టికల్స్ కూడా ఏదైనా మాట్లాడుతాయి. అన్నింటికంటే ముఖ్యంగా, వ్యక్తిగత కోణం ఉండటంవల్లే దీన్ని డైరీ అనగలిగాను. ఇది అంత అర్థవంతమైన పనేమీ కాకపోవచ్చు, అలాగని పూర్తి అర్థరహితం కూడా కాకపోవచ్చు.

మూడో భాగంలోవి మినహా, ఈ ఐటెమ్స్ దేనికదే విడిగా రాసిందే అయినా, పుస్తకంలో వాటి క్రమం కోసం ఒక 'థీమ్' పాటించాను. తొలి అడుగు వేసి, 'అంమ' అంటూ మొదటి మాట పలికి, మా ఊరి ముచ్చట్లు చెప్పి, ప్రేమ గురించి మాట్లాడి, ప్రేమలో పడి, సంసారం, పిల్లల గురించి ఒకట్రెండు మాటలు చెప్పి, ఆ అనుభవంతో కొంత జ్ఞానం సంపాదించి, అటుపై మరణంతో ముగిసేట్టుగా.

ఆర్టికల్ చివర్లో మధుపంలో లాగే, నేను వేరే సందర్భాల్లో రాసిన, రాసుకున్న వాక్యాలను ఫుట్‌కోట్‌గా ఇస్తున్నాను. దీనివల్ల ఆ ముచ్చటపడ్డానని చెప్పిన వాటిల్లోని ఒకట్రెండు మాటలైనా పుస్తకంగా రికార్డు చేయగలిగానన్న తృప్తి ఉంటుంది నాకు. అయితే, ఎందులోంచి ఏది తీసుకున్నానో వివరాలు ఇవ్వట్లేదు. బోర్. నాకూ మీకూ.

అలాగే, ఇలా ఫుట్ కోట్ ఇవ్వడం వల్ల ప్రధాన ఐటెమ్ ఇచ్చిన భావనను కాసేపు అట్టే నిలుపుకోగలిగే అవకాశం పోతుందని తెలుసు. కానీ రీ-రీడింగ్ (ఆ అర్హత ఉంటే) లో అది మీరు పొందగలిగే అదనపు వాక్యం అవుతుంది.

త్వరగా మొదలై, ఆలస్యంగా ముగిసిపోయే వేసవికాలపు పగలులాగా (నిజానికి ముందు రాసుకున్న వాక్యం... ఆలస్యంగా మొదలై, త్వరగా ముగిసిపోయే శీతాకాలపు రోజులాగా) ఈ పుస్తకం వేయాలన్న ఆలోచన త్వరగా వచ్చింది. పని మాత్రం ఆలస్యంగా

పూర్తయ్యింది. ఇదీ మంచిదే అయ్యింది. 'పదాలు పెదాలు' ఇందులోకి రాగలిగాయి. నిర్ణయం తీసుకోలేకపోవడం కూడా ఒక్కోసారి మంచే చేస్తుందన్నమాట. పదాలు–పెదాలు గురించి ప్రత్యేకంగా రెండు మాటలు. పత్రికలో పనిచేసేవాడిగా అవసరం నిమిత్తం ఏమైనా రాయవలసి రావచ్చు. ఇందులో ఉన్న ప్రతిదీ, నేను ఎంతో ఇష్టంగా రాసినప్పటికీ, అది రాయడానికి ఒక కారణమో, ఏదైనా సందర్భమో ఉంది. అలా కాకుండా ఏ అవసరంతోనూ, ఏ కారణంతోనూ పని లేకుండా, కేవలం రాయడం కోసమే రాసిన ఖండికలు ఈ పదాలు–పెదాలు.

ఏదేమైనా, ఈ పుస్తకానికి సంబంధించి ఈ 'సాక్షి' ఫ్యామిలీకి కృతజ్ఞతలు చెప్పడం, నా ఫ్యామిలీని తలుచుకోవడం నా కనీస ధర్మం.

వై.ఎస్. భారతి గారు
సజ్జల రామకృష్ణారెడ్డి గారు
వర్ధెల్లి మురళి గారు
ప్రియదర్శిని రామ్ గారు
ఖదీర్ గారు
ఇంకా, అన్వర్ గారు

నేను నూటారెండు సార్లు రివైజ్డ్ అంటూ కాపీ పంపినా విసుక్కోకుండా ముందుమాట రాసిన అఫ్సర్ గారు

ఆప్తవాక్య మిత్రుడు భగవంతం
మల్లేష్
అనూష
ఇప్పుడు నాతో టీ, లంచ్ పంచుకుంటున్న సహచరులు
నా అక్షరం కనబడగానే బైలైన్ వైపు చూడగలిగే ఆత్మీయులు

కనీసం మెయిల్ పరిచయమైనా లేకుండానే పుస్తకం రావడానికి కారకులవుతున్న 'సారంగ' రాజ్ గారు

కేవలం తన చొరవతో ఈ పుస్తకాన్ని సాధ్యం చేస్తున్న కల్పనా రెంటాల గారు
కనీసం పదిసార్లయినా ఫైనల్ కరెక్షన్స్ చేసిన అక్షర సీత గారు
నాతో కలిసి 'తా', 'దు' పెరుగుదల చూస్తున్న నర్మద
నా పెరుగుదల కూడా అలాగే చూసివుండిన అమ్మ, బాపు.
చిట్టచివరిగా...

బాధకు స్థాయీభేదం ఉండదనుకుంటే... ఒక అక్షరదోషం గురించి శ్రీశ్రీ 'అనంతం'లో పదేపదే బాధపడతాడు. దాని తీవ్రత తొలి పుస్తకం అచ్చువేశాకగానీ అనుభవంలోకి రాలేదు.

సమయం దొరికినప్పుడల్లా మధుపాన్ని మురిపెంగా తిప్పితే ఎన్నిసార్లు తిప్పినా బాగుందనిపించేది. మన పుస్తకం మనకు బాగుందనిపించడంలో వింతేముంది! రీ ప్రింట్ చేసినప్పుడు ఎక్కడైనా మార్చవచ్చు అనుకుంటే పక్కన రాసిపెడుతున్నాను. శ్రీశ్రీలా నాకు అక్షరదోషాలకు బాధపడాల్సిన బాధ తప్పిందనుకున్నా. కానీ ఎలా మిస్ అయ్యిందో ఇండెక్సులోనే తప్పు వచ్చింది. బ్యాచిలర్‌కు బదులు బ్యాచిలచ్. నేను గమనించినంత వరకూ ఇంకోటి ఫుట్‌కోట్‌లో ఉంది. కెమిస్ట్రీ బదులుగా కెమిస్ట్రీ. అలాగే 'పేర్లుండవు'లో డ, 'దొరకలేదు'లో ర అక్షరాలు ఎగిరిపోయాయి. దీనివల్ల మరింత జాగ్రత్తగా పుస్తకం ప్రూఫ్ చూడాలనే జ్ఞానం రాలేదుగానీ, ఎవరి పుస్తకంలోనైనా ఒకటీ అరా అక్షర దోషాలుంటే క్షమించేసే ధోరణి అలవడింది.

ఇంకొక్క మాట చెప్పి ముగించేస్తాను. మేము సాక్షి ఆఫీసులో వాడే పత్రిక అనే ఓ సాఫ్ట్‌వేర్‌లో 16 సైజులో పెడితే ఏర్పడే అక్షర స్వరూపం నాకు కంటికి ఇంపుగా ఉండదు. 14 పెట్టినా నాకు నచ్చదు. 15లోనే నాకు హాయి. ఏమిటి దానికే ఆ పర్టిక్యులారిటీ? మిగతావారికి ఇలా ఉండకపోవచ్చు. అది నా వ్యక్తిగత సమస్యే అనుకుంటాను.

ఇప్పుడు ఈ పాత ఐటెమ్స్ అన్నింటినీ అచ్చు వేయకపోతేనేం? అంటే, ఏమో! నాకు '15'లో కనబడేదేదో మీకు కనిపించొచ్చు, అన్న సంశయలాభంతోనే వీటిని మీ ముందుకు తెస్తున్నాను.

మరీ చిన్న పిల్లాడి మారాం అనుకోనంటే ఇక ఇది చివరివాక్యం.

అసలు ఏ మనిషైనా ఎదుటివాళ్లతో తానేమిటో ఎందుకు వ్యక్తపరుచుకోవాలి? ఈ ప్రశ్న ఎన్నాళ్లుగానో నన్ను వేధిస్తోంది. నేను సమాధానపడగలిగే జవాబు ఇప్పటికీ దొరకలేదు.

తద్విరుద్ధంగా, ఒక రసాత్మక వాక్యాన్ని నాకోసం ఏ పుస్తకంలోనో అట్టిపెట్టి, నేను వెతుక్కోగలనా లేదా అని తమాషా చూసే రచయితతో, దొరికింది చూసుకో అని నేను చిలిపిగా నవ్విన క్షణం... నా జీవితంలో అత్యంత విలువైన క్షణం.

అలాంటి ఏ ఒక్క క్షణాన్నయినా మీకివ్వగలిగితే ఈ పిల్లాడి మారానికి ఏమైనా అర్థముంటుంది. పుస్తకం వేయాలన్న నిర్ణయం సరైనదైపోతుంది.

poodoorirajireddy@gmail.com
www.raji-fukuoka.blogspot.in

బలపం

చాలామంది చాలావాటిని అంగీకరించకపోవడానికి కారణం,
అవి వారి అనుభవంలోకి రాకపోవడమే.

తొలి అడుగు

వెయ్యి మైళ్ల ప్రయాణమైనా ఒక్క అడుగుతోనే మొదలుపెట్టాలి అంటాడు తావోయిజాన్ని ప్రపంచానికి పరిచయం చేసిన చైనా తత్వవేత్త లావోట్జు. నూరేళ్ల జీవనయానం కూడా అమ్మ గర్భంలోంచి బయటపడ్డ ఆ మొదటి క్షణం నుంచే ప్రారంభమవుతుంది.

తప్పుల్లేని నడతను సంతరించుకోవడానికి తప్పటడుగుతో ప్రారంభిస్తాం. వచ్చీరాని మాటతో అమ్మానాన్నలకు ఆనందాన్ని పంచుతూ ఈ ప్రపంచంతో మన కమ్యూనికేషన్ మొదలుపెడతాం.

బెరుగ్గా కూర్చుని విన్న తొలిపాఠం, మాస్టారు వేసిన మొదటి దెబ్బ, భయం భయంగా హాజరైన మొదటి ఇంటర్వ్యూ, ప్రపంచాన్ని జయించినంతటి గర్వాన్నిచ్చే అపాయింట్‌మెంట్ లెటర్; విద్యార్థి జీవితానికి సంబంధించిన కీలక దశలు.

దాచిన నెమలీక, చూసిన సినిమా, ఆడిన స్టేజీనాటకం, కాలేజీ మ్యాగజైన్లో అచ్చయిన తొలి కవిత; మనలోని కళా హృదయాన్ని తట్టిలేపిన ఆనవాళ్లు.

చేసిన కాగితం పడవ, గీసిన గులాబీ పువ్వు, కట్టిన బొమ్మరిల్లు, ఎగరేసిన గాలిపటం; మన సృజనాత్మక మేధకు సూటి నిదర్శనాలు.

రాసిన మొదటి ఉత్తరం, చేసిన మొదటి రైలుప్రయాణం, దిగిన మొదటి ఫొటో, ఎత్తిన మొదటి ఫోన్; ప్రపంచంలోని సదుపాయాలన్నీ మనకోసమే ఉన్నట్టుగా వినియోగించుకోవడానికి పడిన తొలి అడుగులు.

ఇక తొలిప్రేమ, తొలిముద్దు, తొలి అనుభవం; ఈ ప్రపంచంలో మనుషులు అంతరించిపోకుండా మరోజీవి అంకురార్పణకు మనం చేసే అపురూప మజిలీలు.

ఆడిన తొలి మ్యాచ్, తీసిన మొదటి సినిమా, పోటీచేసిన తొలి నియోజకవర్గం; ఎంత ఎత్తు ఎదిగినా గుర్తుంచుకునే తీపి గురుతులు, లేదూ ఎంతో ఎత్తు ఎదిగేందుకు దోహదపడే చేదు జ్ఞాపకాలు.

ఎంతవారికైనా తొలిదనంలోని తీయదనం ఒక్కటే. ఏ మనిషికైనా జీవితంలోని మధురఘట్టాలు ఇవే.

'ఓ లక్ష్యాన్ని చేరుకోవడానికి వేసే తొలి అడుగు, నువ్వు ఉన్నచోటే ఉండకూడదని నిర్ణయించుకోవడమే,' అంటాడు లియోనార్డో డావిన్సీ. ప్రపంచం ఈ రోజు ఈ రీతిలో ఉండటానికి కారణం ఎందరో మహానుభావులు వేసిన ఆ తొలి అడుగులే. అవే మానవాళికి నూతన ప్రమాణాలు సృష్టించాయి, మానవ సంకల్పానికి సరికొత్త కొలమానాలు తయారుచేశాయి.

ఒక్కో లెజెండ్ ఒక్కోలా ప్రపంచాన్ని మలుపు తిప్పారు. మన మనుగడను, గమనాన్ని నిర్దేశించారు. అయితే అభిప్రాయాలైనా, ఆవిష్కరణలైనా శూన్యంలోంచి ఊడి పడవు. ఎవరైనా అంతకు ముందటి 'ముడిసరుకు'కే కొత్త సొగసులు అద్దుతారు. పాత పరిజ్ఞానానికే పదును పెడతారు. రోమన్ తత్వవేత్త సెనెకా విశ్లేషించినట్టు, 'ప్రతి కొత్త ప్రారంభం మరో ఆరంభపు చివరి నుంచే మొదలవుతుంది'. అందుకే చరిత్రలో ఎవరూ దేనికీ పరిపూర్ణంగా ఆద్యులు కారు. అప్పటి దేశ, కాలమాన పరిస్థితులు ఆ సందర్భంలో వారిని హీరోగా నిలబెడతాయి. వారికే మనం జేజేలు పలుకుతాం.

ఎవరివీ అడుగుజాడలు?

అగ్గి పుట్టిద్దామన్న ఆలోచన మొగ్గ తొడిగిందెప్పుడు?
విత్తితే మొలకెత్తుతుందన్న సాలోచన మొలకెత్తిందెవ్వరికి?

తొలిసారి చక్రాన్ని తిప్పిన చేతులెవ్వరివి?
మొదటిసారి దారాన్ని చుట్టిన చేతలెవ్వరివి?

అద్భుతమైన నాగలికి రూపునిచ్చిందెవరు?
అలవోకగా గొంగళిని మలిచిందెవరు?

కుండలో వండిన మాయమ్మ ఎవరు?
పండగా నూర్చిన మాయన్న ఎవరు?

ఏవి కాల్చితే బాగుంటై, వేటిని ఉడికిస్తే రుచిగా ఉంటై, వేటిని నిల్వ పెట్టుకోవచ్చు, వేటిని పులియబెట్టుకోవచ్చు... ఎవరు నేర్పారీ ఆహారపుటలవాట్లను?

వేటి జోలికి పోతే ప్రమాదం, వేటిని మచ్చిక చేసుకుంటే ఉపయోగం?

ఏ ఆకు గాయాలకు పనికొస్తుంది, ఏ పువ్వు గేయాలకు ఊపునిస్తుంది?
ఎక్కడిదీ జ్ఞానం? ఎవరిదీ విజ్ఞానం?

గానం

సంగీతం

లిపి

చిత్రం

శిల్పం

జీవితాన్ని ఆహ్లాదకరంగా మార్చిన ఈ కళలన్నింటికీ మూలపురుషులెవరు? ఈ అలిఖిత ఘనకార్యాలు, రికార్డు కాని ఆవిష్కరణల క్రెడిట్ ఎవరికి దక్కాలి?

మనల్ని ఇలా మలచినవారు, ఇలా జీవించమని చెప్పినవారు మన పూర్వీకులే. శ్రమజీవులే. ఇప్పుడు మనం కనిపెట్టిన ఎన్నో అధునాతన పరికరాలు మన పూర్వీకుల ఆవిష్కరణల తాలూకు కొనసాగింపులే. వాళ్ల వారసత్వాన్నే మనం అనుభవిస్తున్నాం. వారికి మనం ఏమివ్వగలం, కృతజ్ఞతగా ఉండటం తప్ప.

మనం ఏం మొదలుపెడదాం?

ప్రారంభం... నిద్ర లేచిన తొలినిమిషం లాంటిది. లేవాలనిపించదు, లేవక తప్పదు.

ప్రారంభం... స్నానం చేసేటప్పుడు మొదటి చుక్క ఒంటిమీద పడేముందు ఉండే సంశయం లాంటిది, ఒక్కసారి పోసుకుంటే ఒంట్లో వేడిపుట్టి మరిన్ని పోసుకునేలా కిక్కు ఇస్తుంది.

ఏ పని చేయాలన్నా ఈ ప్రారంభపు తాలూకు 'అవస్థలు' దాటాల్సిందే. 'ప్రేరణ దేన్నయినా ప్రారంభించేలా చేస్తుంది. వ్యాపకం దాన్ని కొనసాగేట్టు చూస్తుంది'. ప్రపంచాన్ని కొత్తగా చూద్దాం, మనుషులను ప్రేమిద్దాం. కాలుష్యం లేని, కల్మషం జొరబడని ప్రపంచాన్ని నిర్మిద్దాం.

అందమైన రేపటికి ఇవ్వాళే ముందడుగు వేద్దాం.

'సాక్షి' ఆదివారం అనుబంధ సంచికగా ప్రారంభమైన 'ఫన్ డే' తొలి సంచిక (మార్చి 30, 2008)కు రాసిన ప్రత్యేక వ్యాసం.

ఇది బాగుంటుంది, అని ఓ నిర్ణయం తీసుకోవడం వరకే మనం చేయగలిగేది. తదనంతరం ఉత్పన్నమయ్యే పరిణామాలే ఆ నిర్ణయాన్ని మంచిదిగానో, చెడ్డదిగానో నిలబెడతాయి.

మన తొలిపలుకు అంమ

ఆడవాళ్లతో సమస్యలుంటాయేమోగానీ, అమ్మతో ఎప్పుడూ పేచీ ఉండదు. ఒకవేళ అమ్మకు మన మీద కోపం వచ్చినా, ఏ తాటికాయల బండి నడిపే మోజులో పడి మనం ఆకలి మరిచిపోయామనో... లేకపోతే చదువు ధ్యాసలో పడి వేళకు నిద్ర పోవట్లేదనో. అంతే! అయినా... అమ్మను రాజీకి ఒప్పించడం చెంప మీద ముద్దు పెట్టినంత సులువు.

ఒక్కోసారి అనిపిస్తుంది, మనల్ని కాదని తనకు వేరే ప్రపంచం ఇంకేదైనా ఉంటుందా? కొడుకు, కూతురు ప్రస్తావన లేకుండా ఆమె అసలు సంభాషించగలదా? పిల్లల్ని చూడటమే ఓ యోగంగా, వాళ్ల నవ్వులే సంపదగా ఎలా బతికేస్తుందబ్బా? పిల్లవాడు తొలిసారి బోర్లాపడితే పండగ, తప్పటడుగులు వేస్తే పండగ, మొదటి అక్షరం రాసినరోజు పండగ, గుండు కొట్టించడం పండగ; మనం ఢిల్లీకి రాజు కాకపోయినా, అమ్మ దృష్టిలో మనమే రాజు, మహారాజు.

మనం సంభాషించిన తొలిమనిషి అమ్మ. మనం సంబోధించిన తొలిపలుకు 'అంమ'. మన ఆకలితీర్చిన అమృతభాండం అమ్మ. ఆమెకు మన ఆకలి తెలుసు, మన నిద్రా తెలుసు, మన గురించి మనకు తెలియని ఎన్నో విషయాలు తెలుసు. ఆమెకు అన్నీ తెలుసు, లెక్కలు తప్ప. లేకపోతే ఏంటి? కడుపుతో ఉన్న క్షణం నుంచి 1=2 అంటుంది. పిచ్చమ్మ!

అమ్మ అనే పదంలో ఏం మ్యాజిక్ ఉందో ఇప్పటికీ అర్థంకాదు. ఆ పేరు తలుచుకోగానే... ఓ సానుకూల భావన కలిగినట్టూ, ఓ కంఫర్టబుల్ సిచ్యువేషన్‌లో ఉన్నట్టూ అనిపిస్తుంది.

అమ్మ ఏం మ్యాజిక్ చేస్తుందో కూడా అర్థం కాదు. ఆమెకు నాలుగు చేతులున్నాయేమో, నాలుగు చెవులున్నాయేమో అనిపిస్తుంది. లేదంటే ఏంటి? మామయ్యకు పేపర్, అత్తయ్యకు తలనొప్పి మాత్ర, పెద్దాడికి టిఫిన్‌బాక్స్, చిన్నదానికి హగ్గీస్, ఆఖరికి ఆయనగారికి వేడివేడిగా పాలు ప్లస్ మురిపాలు....

ట్రెడ్‌మిల్ ఎక్కకుండానే పరుగులు పెడుతూ, అందరినీ కలుపుకునిపోతూ, ఎవరినీ నొప్పించక, తానొవ్వక... ముంగురులు చెదిరినా, నవ్వును చెదరనివ్వని అమ్మ మేనేజ్‌మెంట్ స్కిల్స్, టైమ్ మేనేజ్‌మెంట్ ఎవరికీ సాధ్యంకాదు, ఇంకో అమ్మకు తప్ప.

2009 'మాతృ దినోత్సవం' సందర్భంగా...
'అంమ'కు ప్రేరణ కొడవటిగంటి కుటుంబరావు నవల 'చదువు'

భూమ్మీద ఉండే 99 శాతం మంది మనుషులు లక్ష కారణాల వల్ల మనకు అనువుగా ఉండరు. ఆ మిగిలిన ఒక్క శాతంతో మనల్ని అనుసంధానించుకోవడమే జీవితంలో ఉన్న ఆనందం.

మా ఊరి ముచ్చట

చిన్నప్పుడు సాంఘికపాఠంలో 'అట్లాస్' చూడటం బాగా ఇంట్రెస్టింగ్‌గా ఉండేది, ఇంత పెద్ద ప్రపంచంలో మా ఊరు ఎక్కడ ఉంటుందో వెతకడం ఇంకా!

భారత్... ఆంధ్రప్రదేశ్... అటు పై మూల కరీంనగర్... ఆc అదిగో వేముల వాడ... ఏదీ నర్సింగాపురం?

ఎంత చిన్న చుక్క పెట్టి, దాన్ని గుర్తించాలి!

అది ఎంత చిన్న చుక్కయినా కావొచ్చు, నాకు సంబంధించీ అదే పెద్ద ప్రపంచం.

మా ఊరినుంచే నేను ప్రపంచాన్ని అర్థం చేసుకోవడానికి ప్రయత్నిస్తాను. ఓ కామన్‌మ్యాన్ రిఫరెన్సు నాకు అక్కడే దొరుకుతుంది. ఓ మంచి తాతయ్య అంటే నాకు అక్కడే కనబడతాడు. ఓ శ్రమజీవిని చూపెట్టు అంటే, నా చేతు అటువైపే తిరుగుతుంది.

అన్నాన్ని ఇష్టంగా తినేవాళ్లు, ఎదుటివారికి పెట్టడమే తిన్నట్టుగా ఆనందపడే వాళ్లు, తల్లిదండ్రులను నెత్తిన పెట్టుకుని పూజించేవాళ్లు, వీధిలోకి ఈడ్చిపారేసే వాళ్లు, ఒకరు బాగుపడితే ఓర్వనివాళ్లు, బాగుండాలని మనస్ఫూర్తిగా కోరుకునేవాళ్లు, కోడళ్లను రాచిరంపాన పెట్టే అత్తలు, అత్తలను ఆడించే కోడళ్లు... ఎందరు మనుషులు! ఎన్ని మనస్తత్వాలు!!

మనం కేవలం పుట్టడంవల్లే మన ఊరు మనకు ప్రీతిపాత్రమవుతుందా? లేక, ఇంకేమైనా కారణం ఉంటుందా? అని ఓ సందేహం పీడిస్తూ ఉంటుంది. మనం అక్షరాల్ని దిద్దినంత అలవోకగా, మన వ్యక్తిత్వాన్ని రూపుదిద్దేది ఊరు కాక మరేమిటి? మనల్ని జీవన పోరాటానికి సిద్ధం చేసేది ఊరు కాక ఇంకేమిటి? ఖాళీ గుండెలో జ్ఞాపకాల్ని గుమ్మరించేది ఊరు కాక మరేమిటి?

'బుర్రకాయ' కట్టుకుని ఈత నేర్చుకుందీ, కిరాయికి తెచ్చుకుని తొలిసారి సైకిల్ తొక్కిందీ, ఎనిమిదో తరగతిలో మొదటిసారి నాగలితో కొంర్డ వేయడానికి ప్రయత్నించిందీ మా ఊరిలోనే.

అమ్మకోసం నలభై ఒకటి, నలభై రెండు అనుకుంటూ లెక్కపెట్టి బొక్కెనలు తోడిన చేద బావి, ఇంటివెనకాల కవల పిల్లల్లా కలిసి ఉండే ఎర్ర జామచెట్టు, తెల్ల జామచెట్టు; ఊర్లో సగంమందికి ఈత నేర్పి, ఇప్పుడు వృద్ధాప్యంలో ఉన్న 'గురువారినూతి', రాత్రిపూట వెళితే భయపెట్టే 'కొజ్జిప్ప', వాటి జీవితంలో తొంభై శాతం శ్రమను మా కుటుంబానికే అంకితం చేసిన 'మైలి', 'దోర' ఎడ్లు, గత్తరతో ఉన్నట్టుండి కుప్పకూలిపోయిన 'అందగాడు' పుల్లెద్దు, దాదాపు ఎవరూ దాని కొమ్ముపోటును తప్పించుకోలేని పొగరుబోతు 'మొండెద్దు', ఇంట్లో ఉన్నన్ని రోజులూ పద్నాలుగు ఈతలూ పోతుల్ని మాత్రమే ఈని, ఉదారంగా ఇంకెవరికో ఇచ్చేశాక 'మహాలక్ష్మి'ని కని చచ్చిపోయిన కొమ్ములబర్రె, అంత తీపిని ఎక్కడా తినని మా పెరట్లోని 'కళమామిడి' చెట్టు (ఇప్పుడు లేని ఆ చెట్టును మళ్లీ రప్పించాలంటే- ఓ లక్ష కోట్లు సంపాదిస్తే వస్తుందని ఎవరైనా హామీ ఇస్తే నేనందుకు సిద్ధం), ఎప్పు డెప్పుడు 'గౌరవ్వ' కన్నుగప్పి ఏరుకొని తిందామా అని ఎదురుచూసిన 'గంగనేర' చెట్టు, తనకన్నా కేవలం ఐదురోజులు పెద్దయినందుకు నన్ను 'ఒరేయ్' అననిచ్చే క్లాస్‌మేట్ ఎర్రెడ్డి, 'కాశ్మీరులోయలో కన్యాకుమారిరో' పాట కలిసి నేర్చుకున్న రాములు, 'ఉల్టా భాష'లో మొదటి అక్షరాన్ని పేరు చివరన పెట్టి 'జురా' అని పిలిచే 'పయ్యబా', 'వేములవాడ లడ్డు' అని సంబోధించే 'తడగొండ సార్', తొక్కులో ఉప్పు ఎంత కలిపితే పాడవకుండా ఉంటుందో అమ్మకు సలహా ఇచ్చే మరాఠి లచ్చుమ్మ, ఎప్పుడు వెళ్లినా ఏదో ఓ ముచ్చట చెప్పే కొత్త లింగయ్య...

జీవితంలో నాకు గుర్తుండి నేను చూసిన మొదటి సినిమా ఖైదీ. ఓపెన్ ఎయిర్ థియేటర్లో గోనెసంచులు పరుచుకుని కూర్చున్నాం. సుంకరోళ్ల మంజులనుకుంటా, అడిగింది. ఈ సినిమాలో హీరోయిన్ ఎవరూ? అని. ఈమె ఇలా ఎందుకడిగిందబ్బా అనుకుంటూనే 'రాధ' అన్నా. 'ఏ పిలగా కాదట' అంది. హీరో అంటే చిరంజీవి, హీరోయిన్ అంటే రాధ... వీళ్లే ప్రతి సినిమాలోనూ ఉంటారేమో అనుకునేవాణ్ని. అలాంటి నమ్మకం ఎందుకేర్పడిందో ఆధారం లేదు.

ఏదేమైనా అప్పుడు చూసిన ఏ సినిమా అయినా నచ్చకపోవడం అంటూ లేదు. ఇప్పుడు ఏదీ నచ్చడం లేదు. వయసు పెరిగినాకొద్దీ 'ఇన్నోసెన్స్' తరిగిపోతుంది! అందుకే బాగోకపోవడం, అసంతృప్తి కలిగించడంలాంటి భావనలు కలుగుతుంటాయేమో!

ఓ సాయంత్రం పూట-

రెండో క్లాసులో ఫస్టు ర్యాంకు కోసం పోటీ పడుతున్న రోజుల్లో-

పొలం గట్టున నన్ను వీపున ఊపుతూ అడిగాడు బాపు. "పెద్దయ్యాక ఉద్యోగం చేస్తావా? వ్యవసాయమా?"

వ్యవసాయం అన్న మాటలో ఉన్న సౌందర్యం ఉద్యోగంలో కనబడలేదు. అందుకే వ్యవసాయమే అన్నా. ఆ బాలవాక్కుకు విరుద్ధంగా ఉద్యోగంలో ఇప్పుడు ఉన్నా ఒక్కోసారి అనిపిస్తుంది, పల్లె సౌందర్యాన్ని అర్థం చేసుకోవాలంటే పట్నం రావాల్సిందే. పచ్చని వరిపొలాల మీదునుంచి వీచే గాలిని పీల్చడంలోని సుఖం, అప్పుడే పిండిన ఉడుకు పాలు తాగడంలోని మజా, ఆరుద్ర పురుగును పలకరించగలిగే అదృష్టం... పల్లెకు దూరమైతేగానీ వాటి గొప్పతనం తెలియదు. ఇంకా చెప్పాలంటే, వాటిని ప్రత్యేకంగా చూడగలిగే దృష్టి వాటికి దూరమైనప్పుడే అలవడుతుంది. కోల్పోయింది ఎప్పటికీ బాగుంటుంది.

జీవితంలో నేను ఎంత పరుగెత్తినా ఏదో కళ్లెం ఊరివైపు లాగుతుంటుంది. ఇప్పటికీ ఏ ఖాళీ సమయమో దొరికితే, రాత్రి భోజనమయ్యాక అలా చంద్రుడ్ని చూస్తూ కూర్చుంటే, మా వాకిలిలో కూర్చుని చూసిన చంద్రుడు గుర్తొస్తాడు. మా వాకిలి వెనకాలి ఇల్లు (మామూలుగా ఇంటి ముందర కదా వాకిలి ఉండేది!) గుర్తొస్తుంది. మా ఇల్లు ఉన్న ఊరు గుర్తొస్తుంది.

ఊరు అనగానే సింబాలిగ్గా ఏ ఒక్కటో గుర్తుకురాదు. ఎన్నో జ్ఞాపకాలు ముప్పిరి గొంటాయి. మన ఆస్తి మనం పోగేసుకున్న జ్ఞాపకాలేనని ఇప్పటికీ నమ్ముతున్నాను.

▸ 2009 వేసవిలో 'ఫన్‌డే'లోని 'మా ఊరి ముచ్చట' శీర్షికకు రాసిన ప్రారంభ వ్యాసం

▸ ఒరిజినల్ టైటిల్: కాశ్మీరులోయలో... కళమామిడి చెట్టు

బతుకు ప్రవాహం స్థూలంగా అందరిదీ ఒకటే.
సూక్ష్మంగా దేనికదే ప్రత్యేకం.

విప్పచెట్టు - ఓ మగపిల్లగాడు

విప్పచెట్టు గురించి రాయడమంటే వీపు గోక్కున్నంత ఈజీ కాదు.

దాని గురించి ఏ కవులూ గానం చేయలేదు. అది ఏ సినిమాలోనూ ప్రేమికుల రహస్య సంకేతస్థలం కాలేదు. పోనీ భావుకతను తట్టిలేపే అందమా అంటే అదీ కాదు. నిలువ నీడనిచ్చేదీ కాదు. ఆకలి తీర్చే పళ్లనివ్వదు. అవసరానికి దృఢమైన కలపయినా ఇస్తుందా అంటే అదీ లేదు. ఆకారానికి... ఇద్దరు మనుషులు చేతులు బార్లా చాపి చెట్టును అలుముకున్నా, వేళ్లు తగలనంత లావుగా ఉంటుంది. ఏమాత్రం గ్లామర్ లేని చెట్టు.

సరే, నేనయినా దాన్ని ప్రేమించి నాలుగు మాటలు రాద్దామా అంటే, అదంటేనే నాకు అగ్గి పగ. ఎందుకో తెలియాలంటే క్యాసెట్ రివైండ్ చేయాలి.

ఇంటర్‌కొచ్చినవాళ్లే ప్యాంట్లు వేసుకుంటారని నమ్మిన రోజుల్నాటి కథ ఇది.

'శివరాత్రికి శివుని దొప్పల పడుతుంది' అని ఇప్పపువ్వు రాలే సమయం గురించి పెద్దవాళ్లు చెబుతుంటారు. ఇప్పుడు ఏదీ దాని టైమ్‌టేబుల్ పాటించట్లేదు కాబట్టి, ఈ చెట్టు కూడా ఒక్కోసారి ఉగాది నుంచి మొదలుపెట్టి ఓ నెలరోజుల పాటు పూవు రాల్చుతుంది. అదే నా కొంప ముంచేది.

పొద్దున్నే అమ్మ నిద్ర లేపేది. భుజం పట్టుకుని కుదిపిందంటే, పొలానికి వెళ్ల డానికి టైమయిందని సంకేతం. లేవక తప్పదని తెలుసు. అయినా అమ్మతో బతిమాలించుకుని, నిద్ర కళ్లను నులుముకుంటూ లేచి, చెల్లి, తమ్ముడికి మాత్రం మినహాయింపు ఎందుకని లాజిక్ మాట్లాడి, లేని పెద్దరికంతో వాళ్లను వెంటేసుకుని, 'అడ్డగుల్ల', గంప పట్టుకుని, చాయ్ కూడా తాగకుండా 'కొజ్జిప్ప' దగ్గరికి వెళ్లేవాళ్లం

(కొజ్జ అంటే పొడవైన అని అర్థం. ఆ ఇప్పచెట్టు వల్లే మా పొలానికి 'కొజ్జిప్ప' అని పేరొచ్చింది. అది తాటిచెట్టు ఎత్తుండేది. ఇప్పుడు లేదు. నేను రాస్తున్నది ఓ మొండిప్ప గురించి).

అప్పుడే కోసిన వరి 'కొయ్యకాళ్లను' తొక్కుతుంటే వచ్చే మెత్తని శబ్దపు మజాను అనుభవిస్తూ చెట్టు దగ్గరికి చేరేవాళ్లం.

రాత్రికి రాత్రి నక్షత్రాలన్నీ వచ్చి ఆ చెట్టుకింద ఈనిపోయినట్టుగా... తెల్లగా పూలు. ముద్దుగా, బొద్దుగా, కండ పట్టి, చిరుతోకను తగిలించుకుని ఉండే ఆ పూవు వాసన మత్తెక్కించేది. ఆ మత్తు చిన్నపిల్లలకు నచ్చే వయసు కాదు కాబట్టి, నాకు ఏమాత్రమూ ఇష్టం లేకుండే (నచ్చే వయసొచ్చాక దొరకట్లేదు).

ఎప్పుడో ఒక పూవును నోట్లో వేసుకుంటూ బాపు అనేవాడు, "ఇది మధురాతి మధుర ఫలం రా! ఆ తీపిని మన నాలుక గ్రహించలేదు" అని. నేను గ్రహించిందల్లా, ఆ చెట్టువల్ల నాకు పొద్దున నిద్ర కరువైందని.

అడుగుల్లో నలగకుండా, ఎండుటాకుల్ని తొలగించుకుంటూ పూవును జాగ్రత్తగా ఏరుకొని తేవడం మావంతు. దాన్ని సరిగ్గా ఎండబెట్టి 'సంబంధిత మనుషులకు' అమ్మడం అమ్మ వంతు. గంపెడు ఎండిన పువ్వుకు ఇరవై రూపాయలు!

ఈమాత్రం దానికా ఇన్ని తిప్పలని అప్పుడనుకోలేదుగానీ, ఆ డబ్బు ఏ ఇంటి ఖర్చుల్లోనో కలిసిపోయి, పెద్దకొడుకుగా మన బాధ్యతను నిర్వర్తించిన గర్వాన్ని ఇచ్చిందిలే అని ఇప్పుడు సమాధానపడుతున్నా.

ఏది ఏమైనా నేను మా ఇంటి వెనకాలి జామచెట్టుతో 'స్నేహించాను' కానీ, ఊరవతలి విప్పచెట్టుతో ఎప్పుడూ కయ్యమే.

పొద్దుటి కథ ఇలావుంటే, మాపటిది ఇంకోలా ఉండేది.

సాయంత్రం బాపు కరెంటు పెట్టి వస్తాడు. ఏ రాత్రికో దాన్ని ఆపెయ్యాలి (రాత్రి అని బడాయికి చెబుతున్న మాట, అప్పటికి సమయం ఎనిమిది కూడా అయ్యుండదు).

ఆ పనికి మళ్లీ పెద్దకొడుకే కావాలి. తప్పదు.

నడుముకు తువ్వాలు బిగించి, ఊరు దాటేదాకా మనం నడిచే తీరు చిరంజీవికే స్టైల్ నేర్పేట్టుగా ఉండేది.

ఊరు దాటామంటే... చిమ్మ చీకటి!

అడుగుల వేగం ఆటోమేటిగ్గా తగ్గేది.

అయినా మనం భయపడం. మగపిల్లగాడు భయపడకూడదు కదా!

కప్పల బెకబెక, పురుగుల రొద, చిమ్మెటల గోల, ఆగీ ఆగీ వినిపించే పక్షి కూత... ఈ బ్యాక్‌గ్రౌండ్ మ్యూజిక్‌తో చూస్కో నా సామిరంగ!

అయినా మనం భయపడం. మగపిల్లగాడు భయపడకూడదు కదా!

'గోలీమార్ మార్ మార్' అని పాడుకుంటూ, కోరస్ కూడా మనమే ఇచ్చుకుంటూ... ఇప్పచెట్టు మీద తెల్లచీర కట్టుకున్న దయ్యం ఉండివుంటుందా? అని ప్రశ్నించుకుంటూ, ఉన్నా మనకేంటి అని బింకాన్ని ప్రదర్శించుకుంటూ, అదుగో ఆ మండలో కూర్చున్నట్టుందే, ఊహూఁ లేదు లేదు అనుకుంటూ.... ఎలాగోలా కరెంటు మోటార్ స్విచ్ దగ్గరికి వెళ్లేది.

అది నొక్కిన మైక్రో సెకన్ తర్వాత- అక్కడ ఎత్తిన కాలు మళ్లీ ఇంట్లో ఆపాల్సిందే. పీటీ ఉష, అశ్వని నాచప్ప అప్పటికి తెలియదు కాబట్టి, నాకు నేనే పోలిక.

ఏమో! వెనకనుంచి దయ్యం తరుముతూ వస్తుందేమో!

చొక్కా దానికి అందుతుందేమో!

దానికీ నాకూ మధ్య అంగుళం మాత్రమే దూరం ఉందేమో!

కాని తిరిగిచూడటం ఎలా? ఒక వేళ నేను చూసినా అది ఎటూ మాయమవుతుంది కదా!

నాలుగ్గంటలు మాట్లాడితే, శత్రువు మీద కూడా ఓ సాఫ్ట్ కార్నర్ ఏర్పడుతుంది. విప్పచెట్టు (ఇప్పచెట్టు అన్న వాడుకా ఉంది)తో నా బంధం కూడా అలాంటిదే. మొన్నీ మధ్య మా ఊరు వెళ్లినప్పుడు దాని ఇమేజ్‌ను సెల్‌ఫోన్‌లో బంధించుకుని తెచ్చుకున్నాను. ఆ చెట్టులేని మా పొలాన్నీ, మా పొలాన్ని మినహాయించిన నా బాల్యాన్నీ ఊహించలేను. అందుకే ముందు అన్న మాటలను ఉపసంహరించుకుంటున్నా.

ఏమీ లేకున్నా ఏదో ఉన్నట్టుగా కనబడాల్సిన నేటి కాలంలో దాని బింకం, కాయను తెంపగానే కన్నీళ్లలా పాలను కార్చే దాని సున్నితగుణం, ఏ తీగయినా దాని గుండా పాకితే ఏమీ అనని ఔదార్యం నాకు నచ్చుతాయి. అందుకే దాన్ని ప్రేమించినట్టు నటిస్తున్నా.

సాక్షి 'ఫ్యామిలీ'లో 2009 సమ్మర్ స్పెషల్‌గా వచ్చిన 'చెట్టు కథలు' శీర్షిక కోసం రాసింది

మనుషులతో అతిగా వ్యవహారాలుండే ఏ 'పని'లో ఉన్నా ఆ మనిషి తన సహజమైన సెన్సిబిలిటీస్ కోల్పోతాడనేది నా థియరీ.

అంగీ విప్పితేనే హీరో!

ఇప్పుడు అనవసరంగా చెడ్డపేరు నాకు.

“ఏంటీ వర్షం నచ్చదా నీకు?” అన్నాడు యాకూబ్, అదో నేరంలా.

“ఏం, నచ్చి తీరాల్సిందేనా?”

రసస్పందన లేనివాడు మాత్రమే, వానలోని అందాన్ని నిరాకరిస్తాడని కొద్దిసేపు వేడి చాయ్ తాగుతూ వాడిగా చర్చ. ఈ కవులూ, కళాకారులూ దానికి పెద్దపేట వేసింది అందుకేనన్నది చర్చకు కొనసాగింపు.

ఏమోనబ్బా, ఈ వర్షాకాలం నాకు ఎప్పుడూ ప్రత్యేకమైన ఆనందాన్ని మూట గట్టుకుని తేలేదు.

టెన్త్ దాకా చదివింది హాస్టల్లో కాబట్టీ, వేసవిలో బళ్లకు సెలవులిస్తారు కాబట్టీ, ఎండాకాలం అంటే ఇష్టం.

చలికాలంలో ముడుచుకుని దగ్గరగా పడుకునే వీలుంటుంది కాబట్టీ, వణికే పెదవులతో రాగాలు తీయడంలో మజా ఉంటుంది కాబట్టీ, చలికాలమూ ఇష్టమే.

ఎటొచ్చీ ఈ వానాకాలంతోనే లొల్లి. మడవాల్సిన ప్యాంట్లు, బస్సుల్లో తగిలే కాళ్లు, కార్పెట్‌కు తుడుచుకోకుండానే ఆఫీసుల్లోకి వచ్చే బూట్లు, ఆరని బట్టలు, నిలవ నీళ్లు, చీదర, చిరాకు. కిటికీకి ఏ వైపున మనం ఉన్నాం అనేదాన్ని బట్టి, వర్షాన్ని ఎంజాయ్ చేయడం ఉంటుంది.

ఈ వాన మనం ఇంట్లో ఉండి, ‘ఆం షాట్ రెడీ’ అన్నప్పుడు కురవొచ్చుగా. కురవదు. పొగరు. బయటికి వెళ్లినప్పుడు, ‘పేకప్’ అన్నామని ఆగొచ్చుగా. ఆగదు. మళ్లీ పొగరే.

దాని అవసరం ఎక్కడ ఉందో, అక్కడే, ఆ పంట పొలాన్ని కరెక్టుగా లొకేట్ చేసుకుని కురిస్తే ఏం పోయింది? అని ఎన్నిసార్లు అనుకున్నానో! అయినా మన మాటల్ని లెక్కచెయ్యదు. ఇప్పుడూ పొగరే.

కాకపోతే, ఈ భూమ్మీద కొందరు ఎక్కువ సమానం అన్న సిద్ధాంతాన్ని వాన ఒక్కటే తునాతునకలుగా ఖండించగలదు. మనుషుల్ని నిలువెల్లా తడిపేసి, భారంగా వరదనీటిలో కాళ్లను ఈడ్చుకుపోయేట్టు చేసి, వాళ్లూ నీలాంటి మనుషులే చూడు అని నాకు ఒక్కోసారి మెరుపుతో కన్ను గొడుతుంటుంది చూడు... ఇప్పుడు నచ్చుతుంది నాకు వాన. చిన్నా పెద్దా పేదా ధనికా... నాలుగు చినుకులు రాలితే, అందరికీ ఒకే రకం ఆయాసం, ఒకే రకం ఆనందం.

ఈ వానలోనే అమ్మ 'చెత్తిరి' పట్టుకుని వెళ్లమన్నా, ఊహూం అని తడిసిన మంకు నాది. ఈ వానలోనే కత్తి కాగితపు పడవలు (పడవలకు అడ్వాన్స్ మోడల్) వదిలిన బాల్యం నాది. ఈ వాన సెంటిమీటర్లలో కురిసిందీ అంటే, ఒక్కో చినుకును స్కేలు పట్టి కొలుస్తారేమో! అనుకున్న అమాయకత్వం నాది. ఈ వాన నీటినే పెద్ద పెద్ద కాగుల్లో నిల్వ చేసుకుంటే, రక్షిత మంచినీటికి ఇబ్బంది ఉండదు కదా అన్న ఆలోచన నాది. ఈ వానే నాకు ఓసారి హీరో అయ్యే ఛాన్స్ ఇచ్చింది.

ఓసారి మా అమ్మమ్మ వాళ్ల ఊరు మర్రిగడ్డ వెళ్లడానికి సైకిల్‌ను సిద్ధం చేస్తున్నా. అప్పుడే కొత్తగా 'కాంచీ' పాసై, 'సీటు' క్లాసులోకి వచ్చాం. వెళ్లేటప్పుడు– బస్సు ఎదురుగా వస్తే సైకిల్ దిగాలి; రోడ్డు మధ్యలో కాకుండా ఎడమపక్కనే వెళ్లాలి; స్పీడుగా వెళ్లకూడదు; ఇట్లాంటి సూచనలు మా అమ్మకంటే బాపు నుంచే ఎక్కువ వచ్చేవి. నేను చేతులు విడిచి పెట్టి తొక్కుతానని తెలిసి వుంటే, అది కూడా చేర్చేవాడేమో!

అనంతపల్లి నుంచి వెళ్తే అడ్డతొవ్వ. మూడు కిలోమీటర్లు. మూడెపల్లి నుంచి పోతే చుట్టూ తిరగాలి. ఆరు కిలోమీటర్లు. ఇంకాస్త ఎక్కువ సైకిల్ తొక్కుకోవచ్చని మనం రెండో తోవనే ఎంచుకుంటాం.

సరే, అమ్మమ్మ ఊరెళ్లాం. రాచమర్యాదలు చేయించుకున్నాం. తిరుగు ప్రయాణం లో అక్కడే ఉన్న నా తమ్ముడు నాతో వస్తానన్నాడు (నన్ను నమ్మినందుకు వాడు గ్రేట్!). ఒంటిగా సైకిల్ తొక్కడమే గొప్పంటే, ఇంకొకణ్ని ఎక్కించుకుని తొక్కితే మన ఇమేజ్ ఎంత పెరుగుతుంది?

ఊఁ అన్నాం. వాడు దండె మీద, నేను సీటు మీద.

పోయేప్పుడు ఏమీలేదు. వచ్చేప్పుడు సగం తోవలో అందుకుంది వాన. దానికి అందొద్దని నేను స్పీడు పెంచాను. అయినా అందనే అందింది. చిన్న పిల్లవాళ్లమని

చూడకుండా నిర్దయగా కుండతో నీళ్లు గుమ్మరించింది. అయినా మనం సైకిల్ దిగితేనా? పైగా ఎదురుగాలి. అయినా ఈ పెడల్‌ను అందుకోవడానికి ఇటు వంగుతూ, ఆ పెడల్ కోసం అటు వంగుతూ... పొట్టి కాళ్లతో సైకిల్ సవారీ సాగిస్తూనే ఉన్నాం.

చిన్నవాడికి చలేస్తుందేమోనని అడిగాను. ఏం లేదన్నాడు. అవునంటే అంగీ విప్పి వాడికి కప్పాలని నా ఆశ. సినిమాలో హీరోయిన్‌కు చలేస్తోందంటే, హీరో కోటు విప్పిస్తాడు కదా! కానీ వాడొద్దంటాడేఁ. 'లేదురా చలి, కప్పుకో' అని నేను. 'నీకెట్లా?' అని వాడు. ఓ రామా! ఎందుకు మనుషులు ఇంత మంచివాళ్లుగా ఉన్నారు!

ఎట్టకేలకు నా నీలంరంగు అంగీ గుండీలు తీసి, వాడికి కప్పి, జోరుగాలిలో హోరువానలో నిక్కరు మీదే మా ఇంటిదాకా హీరోచితంగా వెళ్లిపోయాను. వాడిమీద ప్రేమతోనే ఇదంతా చేశానని మా తమ్ముడు అనుకున్నాడు. ఆ రహస్యం వాడికి ఇప్పటికీ తెలీదు.

2009 'ఫ్యామిలీ'లో 'మాన్‌సూన్‌రాగ' పేరిట వచ్చిన 'వాన కథలు' కోసం రాసింది

ప్రపంచానికి నువ్వు ఎలా స్పందిస్తావన్నదే నీ అస్తిత్వం, నీ వ్యక్తిత్వం.

సినిమాల గురించి కొన్ని పిల్ల ఆలోచనలు

ఒక పిల్లవాడి ఊహాశక్తి ఎలా ఉంటుంది! బహుశా, నాకు నేనే విడివడి గమనించుకుంటే, ఇలా ఆలోచిస్తారా పిల్లలు అనిపిస్తుంది.

కొత్తగా అక్షరాలు నేర్చుకునేటప్పుడు, కనబడే ప్రతీ కాగితమూ చదువుతాం. సినిమా పోస్టర్లలో కింద నిర్మాత, దర్శకుల పేర్లు విధిగా చదువుతుండేవాణ్ని. అయితే, పైన బొమ్మలో ఉన్న మనుషుల పేర్లే కింద వేస్తారనుకునేవాణ్ని. ఈ తర్కాన్ని రెండు పోస్టర్లు దెబ్బకొట్టాయి.

'కిరాతకుడు' టైటిల్ కింద ఎ.కోదండరామిరెడ్డి అని ఉంది. అయితే, అప్పటికి నాకు తెలిసిన ఏకైక హీరో చిరంజీవి. మరి పేరు ఇలా ఎందుకుంది? ఓహో, ఈ సినిమాలో చిరంజీవి పేరు కోదండరామిరెడ్డి కావొచ్చు, అని సర్దిచెప్పుకున్నా.

ఇక రెండో పోస్టరు 'తెలియదు'. అందులో పైన మూడు క్యారెక్టర్స్ ఉన్నాయి. కింద రెండు పేర్లే ఉన్నాయి. ఈయన రామోజీరావు, 'ఈమె' మౌళి. మరి ఈ మూడో మనిషి ఎవరు?

అంటే, నేను ఆలోచిస్తున్నదాంట్లో ఏదో తేడా ఉంది, పేర్లు ఇలా వేయట్లేదు, దీనికి ఇంకో పద్ధతి ఏదో ఉందని నిశ్చయమైంది. (చాలా ఏళ్లు ఈ రెండో పోస్టరు ప్రతిఘటన అనుకున్నా. కానీ దీనికి దర్శకుడు టి.కృష్ణ. నేను చదివిందేమో మౌళి. అంటే నా జ్ఞాపకాలు కలగాపులగం అయిపోయాయి.)

● సినిమా పాటలు ఇక అయిపోతాయేమో, అనే ఒక వినూత్న ఆందోళన ఉండేది నాకు. అదేదో కొండ కరిగిపోతుందన్నట్టుగా బాధపడేవాణ్ని. సినిమాకు ఆరు పాటలుండటం సమంజసం. ఎవరైనా మా సినిమాలో ఎనిమిది పాటలున్నాయంటే, నాకు కోపమొచ్చేది. అనవసరంగా రెండు వృథా చేస్తున్నారనుకునేవాణ్ని.

● అన్నీ యాక్టర్లకే తెలుసు కదా, మరి డైరెక్టరెందుకు అనుకునేవాణ్ని. వాళ్లే అటూ ఇటూ నడుస్తారు, డైలాగ్ చెబుతారు, అన్నీ వాళ్లకు వాళ్లు నిర్ణయించుకుంటారు. అలాంటప్పుడు ఈ దర్శకుని పాత్ర ఏమిటో ఎంతకీ అంతుపట్టేది కాదు.

● పేర్లు పడుతూనే డిష్యూం, డిష్యూం అని ఫైటింగ్ వస్తోందంటే అది మంచి సినిమా కింద లెక్క. మధ్యలో ఈ పాటలెందుకు, ఫైటింగులుండాలిగాని, అనుకునేవాణ్ణి.

● ఎన్ని డబ్బులున్నా, ఒకే డ్రెస్సు వేసుకోవడం, ఒకే వాచీ పెట్టుకోవడం ఏంటీ అనిపించేది. రెండున్నర దశాబ్దాల క్రితం మా ఊరి మర్రిచెట్టే ఒక్కోసారి సినిమాహాల్ మాకు. ఆ ఓపెన్ థియేటర్లో సినిమా ప్రారంభం కాకముందు, ఏదో 'అవార్డు ఫంక్షన్' తాలూకు క్లిప్పింగ్ వేశారు. ఇందులో నాకు గుర్తున్న ఒకే ఒక్క దృశ్యం, అర్జున్ వైట్ షర్టు, బ్లూ జీన్సు (అది జీన్సు అని నాకు అప్పటికే ఎలా తెలుసో!) వేసుకుని, ఏదో అందుకున్నాడు. అరే, సినిమా నటులంటే ఇలాగే ఉంటారా? ఇన్ని డబ్బులున్నా వాళ్లు ఒకే ప్యాంటు వేసుకోవాల్సిందేనా? అని ఆలోచించాను. ఒకదానిమీద ఒకటి రెండు మూడు ప్యాంట్లు, రెండు మూడు అంగీలు, రెండు చేతులకూ మోచేయి దాకా వచ్చేన్ని వాచీలు, నాలుగైదు గొలుసులు... ఇలా ఉంటారనుకున్న/ఉండాలనుకున్న నా ఊహేదో చెదిరిపోయింది.

● హీరో హీరోయిన్లు నిజంగా ఒకరినొకరు తాకరట, మధ్యలో అద్దాలుంటాయట, వాళ్లను వేరే వీళ్లను వేరే షూటింగ్ తీసి, దగ్గరగా ఉన్నట్టు కలుపుతారట, అని ఒకటే వాదనలు జరిగేవి. ఒకవేళ తాకే పరిస్థితే వస్తే, హీరోలకు ఉద్రేకం కలగకుండా దానికి ఇంజెక్షన్ వేస్తారట, అని చెప్పుకునేవాళ్లం. ఉద్రేకం స్థానంలో తేలికైన చక్కటి తెలుగు మాటను వాడేవాళ్లం. దాన్నిక్కడ రాయలేకపోతున్నా, ఖర్మ!

● నేను ఆరో క్లాసుకి మామయ్య వాళ్లింటికి మేడ్చల్ రావడం వల్ల, అప్పుడే కొత్త కొత్తగా టీవీ తెలుసు. ఎదురుగా ఉండే, సలీంవాళ్లింట్లో టీవీ ఉండేది. 'చిత్రలహరి'కి వాళ్లింటికి వెళ్లడానికి మామయ్య అనుమతించేవాడు. అయితే, నాకో పెద్ద ధర్మసందేహం ఉండేది. ఎవరో ఆ సమయానికి చిరంజీవిలాగానో, ఇంకెవరిలాగానో వేషం వేసుకొచ్చి, టీవీలో డ్యాన్స్ చేసి వెళ్లిపోతారనుకునేవాణ్ని. ఇంత సరిగ్గా, వాళ్లలాగే వేరే మనుషులు ఎలా చేస్తారబ్బా అనుకునేవాణ్ని.

● ఎనిమిది, తొమ్మిది క్లాసుల్లో, హైద్రాబాద్, సికింద్రాబాద్‌లోని థియేటర్స్‌లో చాలా సినిమాలు 1.50 టికెట్‌కు చూశాను. పైసలు కొన్ని మిగుల్చుకుందామని కొంతా, మన దగ్గర ఉండేవి అంతకే రావడం కొంతా... దీనికి కారణాలు. అయితే, నేలక్లాసు

వాళ్లకు ఎప్పుడూ ముందు టికెట్స్ ఇవ్వరు. బాల్కనీ, డీలక్స్ అన్నీ అయిపోయాక, ఇక సినిమా స్టార్ట్ అవుతుందనగా మొదలుపెట్టేవాళ్లు. నాకు తాపీగా వెళ్లి, న్యూస్‌రీల్ నుంచి చూస్తే తప్ప సినిమా చూసినట్టుండదు. నేనే గనక భవిష్యత్‌లో థియేటర్ కడితే, బుకింగ్ రివర్స్ ఆర్డర్లో ఇప్పిస్తాను, అనుకునేవాణ్ని.

● అనుపమ్ ఖేర్ నన్ను ఎన్ని చీకటిరాత్రులు భయపెట్టాడో! 'నిగాహే' ఎఫెక్ట్! నేను చూసిన మొట్టమొదటి హిందీ సినిమా. దెయ్యాలూ, ఈవిల్ డెడ్లూ, ఇంకా ఇటీవలి ఎర్రగులాబీలు మీనాక్షమ్మలు కూడా అప్పుడప్పుడూ కిటికీలోంచి నా కోసం చేయి సాచుతూనే ఉంటాయి.

● హిందీ మాట్లాడేవాళ్లంతా ముస్లింలేనేమో అనుకునేవాణ్ని. సినిమాల్లో బొట్టు పెట్టుకుని హిందీలో మాట్లాడే ఆడవాళ్లను చూసినప్పుడు, 'అరే, వీళ్లు ఇలా ఉన్నారేంటి? ఇలా మాట్లాడుతున్నారేంటి?' అనుకునేవాణ్ని.

● సినిమాకు సంబంధించి నా బాల్యంలో ఎక్కువ వాటా ఆక్రమించింది చిరంజీవి. ఐదో క్లాసులో మా కుటుంబం అంతా, వేములవాడ గుడికి వెళ్లాం. అమ్మ, బాపు, చెల్లి, తమ్ముడు, మా అక్క. అక్కంటే పెద్దమ్మ కూతురు. అంతా అయ్యాక, సినిమా చూద్దామా? ఫొటో దిగుదామా? అని ధర్మసందేహంలో పెట్టాడు బాపు. ఏదో ఒకటి ఎంపిక చేసుకోవాలి. వేములవాడలో ఉన్న మూడు థియేటర్లలో, 'శివరామకృష్ణ'లో అనుకుంటా మగధీరుడు ఆడుతోంది. నేనూ తమ్ముడూ ఉత్సాహంగా సినిమా అన్నాం. అమ్మాయిలిద్దరూ ఫొటో దిగుదామన్నారు. చూడండి, వాళ్లది ఎంత ప్రణాళికాబద్ధమైన, కాలానికి నిలబడగలిగే ఆలోచన! అయితే, ఆ రోజు అటు ఫొటో దిగామూ, ఇటు సినిమా కూడా చూశామూ. నా (మా) చిన్నతనంలో దిగిన మొదటి, ఏకైక ఫొటో అదే. మేం పిల్లలం నలుగురం ఉంటాం అందులో. ఆ ఫొటో చూస్తే, మగధీరుడు గుర్తొస్తుంది. చిరంజీవి గుర్తొస్తాడు.

చిరంజీవి మీద పీక్ అభిమానం ఎప్పుడంటే, ముగ్గురు మొనగాళ్లు స్టేజ్‌లో. ఆ సినిమా ఇంకా విడుదల కావట్లేదేంటబ్బా, ఒకవేళ ఇంటర్వెల్ వరకు గనక షూటింగ్ అయి వుంటే, అంతవరకు విడుదల చేసేస్తే అయిపోతుంది కదా! అనుకునేవాణ్ని. ఇప్పుడు ఆ అభిమానాలన్నీ ఎక్కడ కరిగి, ఎలా ఆవిరైపోయాయో!

అప్పటి అభిమానం సత్యమా? ఇప్పటి తటస్థత సత్యమా?

పిల్లవాడు పూర్తిచేసే తొలి పజిల్... నాయనమ్మకూ, చందమామలోని ముసలమ్మకూ తేడాలు వెతికే 'స్పాట్ ద డిఫరెన్స్.'

నా ఇస్కూలు పుస్తకం

ఇది చూడండి తమాషా.

నామిని పుస్తకం చదివి, నామిని గురించి రాయకుండా, నా గురించి చెప్పు కోవడమేంటి మరి!

నాకు మొదట్నుంచీ లెక్కలంటే భయమే. సైన్సన్నా పెద్ద ప్రేమేం లేదు. కాని, తెలుగన్నా, సాంఘికన్నా కొంచెం ఎక్కువ ఇష్టం.

అయితే అదేందో ఖర్మ! నన్ను చూడగానే అందరూ క్లైవర్ అనుకునేవాళ్లు. క్లైవర్‌కు లెక్కలూ, సైన్సూ రాకపోతే ఎలా? నేనేదో టెన్త్‌లో ర్యాంకు సాధించేస్తానని మా కీసరగుట్ట రెసిడెన్షియల్ స్కూల్లో టీచర్లందరికీ పెద్ద భ్రమ. అదృష్టవశాత్తూ అదేమీ రాలేదుగానీ 533 మార్కులు వచ్చినై. అది క్లాసు ఫస్టు మార్కు. ఇంకా చూడండి. లెక్కల్లో 95. త్రికోణమితి ఎలా చేశానో ఆ రామలింగేశ్వరస్వామికే తెలియాలి!

ఇలాంటి మార్కులతో ఎంపీసీ, బైపీసీ కాకుండా ఏ హెచ్ఈసీలోనో సీఈసీలోనో ఎలా జాయినయ్యేది!

చచ్చినట్టు, హైద్రాబాద్ ఆలియా కాలేజీలో ఎంపీసీలో చేరాను. ప్రశాంతులూ, సంగీతులూ, సుదర్శన్లూ, స్టెర్లింగులూ... అన్నింటినీ దాటుకొని, ఏదోలా ఇంటర్ మొదటి సంవత్సరం అయితే గట్టెక్కా. రెండో సంవత్సరంలో మాత్రం లెక్కలు ముచ్చెమటలు పోయించాయి. ఇక 'రాజిరెడ్డి'కి కూడా ఫెయిలైన చరిత్ర తప్పదేమో, 'నా కొడుకు చిన్నప్పట్నుంచీ హుషారే' అనుకునే మా బాపుకూ, 'నా మేనల్లుడు బాగా చదువుతాడు సార్' అని అడక్కుండానే అందరికీ చెప్పుకునే నా హెడ్మాస్టర్ మామయ్యకూ తలవంపులు తెస్తానేమో, అనుకున్నా. కాని ఏదోలా పాస్ అయితే అయ్యాను. వచ్చినవి ఫస్టు క్లాస్

మార్కులే. కానీ చూడండీ పరిస్థితి... టెన్తులో ర్యాంక్ హోప్‌నీ.... ఇంటర్లో ఫెయిలయితా నేమోనని భయం!

మరి ఇప్పటికైనా, నేను ఏ బీఏలోనో, బీకామ్‌లోనో చేరొద్దా?

అరే, మనం క్లెవరబ్బా. చేయాల్సింది కంప్యూటర్ సైన్సా? ఎలక్ట్రానిక్సా? ఇంకో ఆలోచన ఉండకూడదు.

ఇక చేసేదేముంది? సిద్దిపేటలో బీఎస్సీ ఎలక్ట్రానిక్స్‌లో చేరితిమి.

నామిని సామీ!

లెక్కల సంగతి అటుండనీ. వాడు ఏందో 8051 అంటాడు, కలర్ కోడ్ అంటాడు, థెవినిన్ థీరమ్ అంటాడు... అనిత వీడియో థియేటర్ మీదొట్టు! ఆ ఎలక్ట్రానిక్స్ ఏందో, అందులో ఏంవుందో...

పాపం మా పాపయ్య సార్, ఏదో నేను పల్లెటూరివాడినన్న అభిమానంతో... 'అందరూ ఓకేకానీ... రాజిరెడ్డి, నువ్వే కొంచెం...' అన్నాడు. ఎటువంటివాణ్ని ఏ స్థితి కొచ్చాను!

మీరు నేను నిజం రాసినా చదువుతారు, అబద్ధం రాసినా చదువుతారు. నిజం చెబుతున్నా... డిగ్రీ ఏదోలాగా అయిపోతే, కలెక్టర్ అయిపోవడం పెద్ద పని కాదు అను కున్నా. ఎటూ మనకు నచ్చిన ఆప్షనల్సే తీసుకుంటాంగదా. అదీ ధీమా!

కానీ, అన్నిసార్లూ మన పప్పులు ఉడకవుగదా. డిగ్రీలో- ఎలా చదివినా పాస్ అవుతాం అనుకునే డిగ్రీలో- నాలుగు సబ్జెక్టులు గోవిందా!

లక్ష్మీచందర్‌గాడంటాడు, 'అరే రాజిగానికి ఏమైంది?'

రాజేశ్‌గాడు అడుగుతాడు, 'అరే, అంత కేర్‌లెస్ ఏందిబే?'

వీళ్లిద్దరూ 6, 7 తరగతుల్లో నేను శిఖరం మీద కూర్చున్న రోజుల్ని చూసిన వాళ్లు.

ఇంకా-

మా సత్తిగాడూ, వాళ్ల ఫ్యామిలీ-

ప్రదీపుగాడూ, వాళ్ల అన్నయ్యా-

వీళ్లు, 8, 9, 10 క్లాసుల్లో నేను పోటుగాణ్నని అనుకున్నవాళ్లూ, టెన్త్‌లో వరుసగా 2, 3 ర్యాంకులవాళ్లూ.

'రాజిరెడ్డి పురాగ చెడిపోయిండు'.

ఇంకా ఎందరు ఎన్ని రకాలుగా అనుకున్నారో నేను రాయలేనుగానీ- మా బాపు ముఖం మాత్రం కళ తప్పింది. దాని గురించి నాతో పెద్దగా మాట్లాడకపోయినా, ఏదో దిగులుండేది కళ్లల్లో.

పైగా అప్పటికి నాకు టెక్నికల్ ట్రేడ్‌లో ఎయిర్‌మ్యాన్ ఉద్యోగం ఏదో వస్తే, 'తాంబరం'లో ట్రెయినింగ్‌కు పోవద్దనికాదుగానీ... మనం ఏందబ్బా, గీ చిన్నచిన్న జాబులు చేసుడేంది? మనం అయితే గియితే డైరెక్టరే అయిపోవాలి. పాపం ఆయనెవరు? బాలానగర్‌లో నన్ను సెలక్టు చేసినాయన- రాజు సక్సేనానో ఇంకేందో- ఇంకోసారి ఆలోచించమన్నా, ఎహె పో, ఏదో హైద్రాబాద్ వస్తే నాలుగు సినిమాలు చూడొచ్చని ఎగ్జామ్ రాసిన్నే తప్ప, సీరియస్‌గా కాదని కాలర్ ఎగరేసుకుంటూ బయటికి వస్తిమి.

ఇందుకే- పెద్దకొడుక్కు ఆలోచనలు స్థిమితంగా ఉండవనీ, ఆకాశానికి ఉట్లు కడతాడనీ మా బాపుకు నా మీద పెద్ద రంధి.

ఏదైతేనేం, ఆ నాలుగు సబ్జెక్టుల్ని, ఒకే సారికి సెప్టెంబరులో ఎలా గట్టెక్కించానో ఆ సిద్దిపేట కోటిలింగాల స్వామికే తెలియాలి.

ఇంకంతే! పీజీ లేదు గీజీ లేదు. పరీక్షకోసం పుస్తకం ముట్టేది లేదు.

అలా అయినాయి, నాకు 'చదువు'తో విడాకులు!

ఏదో ఏదో అయిపోదామని హైద్రాబాద్ మళ్లీ వచ్చేసి, అవేవీ కాలేనని తెలుసుకుని పతాన్‌చెరులో ప్రైవేటు కంపెనీలో చేరిపోయి, మూణ్నెళ్ల జీతం ప్లస్ ఎరియర్స్ రావాల్సి ఉండగానే ఆ కంపెనీ ఆగిపోతే, నాలుగక్షరాలు వచ్చుకదాని ఈనాడు జర్నలిజం స్కూలు పరీక్ష రాసి, ఆ తర్వాత 'సాక్షి'లోకి జంపైపోయి, ఆ తర్వాతెప్పుడో 'నామినిగారూ, మీ అబ్బాయికి టామ్‌సాయర్ అని పేరు పెట్టుకున్నారంటగదా, ఎందుకూ?' అని పిల్లల కొత్త పేర్ల మీద ఫన్‌డే స్టోరీ కోసం అడిగితే, 'నీకే ఏదోలా తెలిసినట్టు రాసుకోబ్బా, దీనికి ఇంటర్వ్యూ ఎందుకులే' అని ఆయన మర్యాదగా చెప్పేదాకా-

ఇదీ కథ!

ఇప్పుడీ ఆటోబయోగ్రఫీ అంతా ఎందుకూ?

ఐదో తరగతి తర్వాత-

మా ఊరి నుంచి మేడ్చల్‌లో ఉండే మా మేనమామ దగ్గరికి చదువుకోవడానికి వచ్చినప్పుడు గుండె ఎలా కొట్టుకుందో-

మేడ్చల్‌లో ఆరు, ఏడు చదివి కీసరగుట్టలో 8,9,10 చదవడానికి పోయినప్పుడూ అలాగే కొట్టుకుంది.

ఇంకా భయంగా, బెరుగ్గా, కడుపులో తిప్పినట్టూ, కాళ్లూ, చేతులూ కూలబడ్డట్టూ, లోపల ఏదో దెయ్యం కూర్చుని పిల్లిమొగ్గలు వేసినట్టూ, ఏడుపు వచ్చినట్టూ, ఎవరికీ కనబడకుండా కళ్లు తుడుచుకున్నట్టూ-

అందుకే పిల్లలను హాస్టల్లో వేయడాన్ని నేను పెద్దగా సపోర్టు చేయను.

అలాగే-

లెక్కలు రాకపోతే ఏమైందీ, మిగతా చదువులూ చదువులే అనుకునే జ్ఞానం నాకు ఎందుకు లేకపోయిందా? అని ఇప్పటికీ నాకు ఓ ముల్లు గుచ్చుతానే ఉంది.

అయినా, ఇప్పుడే సుఖంగా ఉంది.

యూనిట్ టెస్టులు లేవు, బెత్తాలదెబ్బలు లేవు. 'ఉడాన్' కెళ్లొచ్చు. 'ఇన్సెప్షన్' చూడొచ్చు. లేదంటే, 'నామిని ఇస్కూలు పుస్తకం' ఇంకోసారి తిరగేయొచ్చు. లెక్కలు ఇంత ఈజీగా ఎలా చెప్పాడబ్బా, ఇలాంటి మాస్టారు నాకు తగిలితే బాగుండునుకదా, అని నాకు నేనే అనుకోనూవచ్చు.

కాకపోతే ఒకటే దిగులు, ఏడాది వయసున్న నా కొడుకుని ముందుముందు వీటన్నింటికీ అతీతంగా ఎలా పెంచాలి!

ఇదిగో, ఇలాంటప్పుడే మీలాంటివాళ్లు నాలాంటివాళ్లకు కొండంత ధైర్యం.

నేను బాగా ఇష్టపడే జపాన్ తత్వవేత్త మసనోబు ఫుకుఓకా ఇలా అంటాడు.

"పిల్లలు బడికి వెళ్లి చదువుకోవడానికి సహజంగా ఏ విలువా ఉండదు. 'విద్యావంతు'లైతేగానీ బతకలేని పరిస్థితులు సృష్టించిన తర్వాతే చదువు అవసరం ఏర్పడింది."

ఇప్పుడు చదువునీ, దాని అవసరాన్నీ నిరాకరించలేకపోయినా, చదువు చెప్పే ప్రాసెస్‌ని ఆనందంగా మలిచే ప్రయత్నం ఎవరుచేసినా, వాళ్లమీద నాకు అభిమానం పొంగుకొస్తుంది. మీరంటే నాకు అభిమానం.

- *2010 ఆగస్టులో 'నామిని ఇస్కూలు పుస్తకం' చదివాక-*
- *పేజీకి కుదించడంలో అప్పుడు ఎడిట్ అయిన కొంతభాగం ఇందులో చేర్చాను.*

ఏదో ఒకటి చేయడంకంటే ఏదీ చేయకుండా ఉండటం ఉత్తమం. దానివల్ల శ్రమ ఉండదు, మనోవేదన ఉండదు, అన్నింటికీ మించి విమర్శ ఉండదు. అయినా ఈ పని తలకెత్తుకున్నామంటే, ఏదో ఒకటి ప్రత్యేకంగా చేయకుండా ఉండలేని, మానవుడి సహజమైన బలమైన బలహీనతే దానికి కారణం.

నాలో ఒక 'సోకాపి' ఉన్నాడు!

ఈమాటంటే–

"ఈ విషయం నాకు ఇంతవరకూ చెప్పలేదేం సార్" అంటారేమో అన్వర్.

"అన్నా, నీకు ఈ కళగూడా ఉందాయే" అని గట్టిగా నవ్వుతాడేమో శంకర్.

ఇప్పుడు సందర్భమొచ్చింది.

నాకెప్పట్నుంచో ఎందుకో ఓ కాన్ఫిడెన్స్. నేనే గనక సీరియస్‌గా బొమ్మలు వేయడం మొదలుపెడితే, పేద్ద చిత్రకారుణ్ని అయిపోతానని. కాని, కరాటే క్లాసులాగా (ఫైటింగ్ సినిమాల ఎఫెక్ట్), క్రియాయోగలాగా (ఒక యోగి ఆత్మకథ ప్రభావం)... అదెప్పుడూ మొదలుకాలేదు.

అట్లాగని నేనెప్పుడూ బొమ్మలు వేయలేదని కాదు.

ఎనిమిదో క్లాసులో ఒంటె బొమ్మ గీశాను. దాని మూతి తప్ప వీపు అదీ అంతా బానే వచ్చింది. కాని, ఆ మూతే కీలకం అంది ఆర్ట్ టీచర్.

అడ్డం, నిలువు గీతల్ని స్కేలుగా కొట్టుకుని, 'ఏనుగు'ను కూడా గీశాను. ఇదేం బొమ్మ అని అడిగింది టీచర్.

అయినా నాలోని కళాకారుడు బాధపడలేదు. నాకు తెలుసు, నేను గీయడం అంటూ మొదలెడితే, ఇక ఆగడం ఉండదని.

కాకపోతే, ఎనిమిదో క్లాసులో కొన్న కలర్ ట్యూబ్స్... విప్పితే అయిపోతాయని మూడేళ్లు ట్రంకులో దాచిపెట్టి, రెసిడెన్షియల్ స్కూల్ నుండి వచ్చేటప్పుడు ఎండిపోయిన అవే ట్యూబ్స్‌ను జాగ్రత్తగా పడేసి రావాల్సి వచ్చింది. అయినా నేనేమీ బాధపడలేదు. నాకు తెలుసుగా, మొదలెడితే ఇక ఆగడం ఉండదని.

ఎనిమిదేళ్ల తర్వాత–

అనుకోకుండా ఒకరోజు నాలోని చిత్రకారుడు మేలుకున్నాడు. ప్రామిస్. నేను అప్పుడు నిద్ర పోవట్లేదు. చేస్తున్నదసలే ప్రైవేట్ కంపెనీ. నాకు తెలియకుండానే కాగితం మీద గీయడం మొదలుపెట్టాడు. గీసేదాకా తెలియదు, అదేమిటో! ఒక సౌష్టవం మాత్రం ఉంటుంది.

తెల్లారి ఏ 'మోటివేషన్' క్లాసో వింటూ ఉంటాం. మన చేతులు నోట్‌బుక్కులో మోటివేట్ అవుతూవుంటాయి.

మర్నాడు ఏ 'క్వాలిటీ కంట్రోల్' రిపోర్టో తలపట్టుకుని చదువుతూ ఉంటాం. చేతులు వాటికవే కలం పట్టుకుంటాయి.

లంచ్ అయ్యాక– వెంటనే పని మొదలుపెట్టడానికి సహజంగానే బద్ధకించే శరీరాన్ని కాసేపు కబుర్లతో ఆనందపెడుతూ ఉంటాం. చేతివేళ్లు వాటి పనిలో అవి ఆనందం పొందుతూ ఉంటాయి.

అడ్డం పొడవు గీతల్లోనే ఏదో ఓ 'బొమ్మ'.

అది పొలాల్లోని ఇల్లో, పర్వతాలను చీల్చుకుంటూ ఉదయించే సూర్యుడో, భూమ్మీద ఇంకా ఉద్భవించని వింత జీవో, ఇంకా పుట్టని ఆలోచన గురించిన ఆలోచనో... అర్థంకాని జీవితానికి ప్రతీకలుగా ఏవో అర్థంలేని బొమ్మలు.

చూసినవాళ్లు ఎవరైనా 'ఇందులో మీనింగ్ ఏంటబ్బా' అని కళ్లు మిటకరిస్తూ ఉంటారు.

'చెప్పు, ఏం ఆలోచించి వేశావ్' అని అడుగుతూ ఉంటారు.

'ట్రై చెయ్' అంటాను, వాళ్లకు తెలిస్తే నాకు చెబుతారేమోనన్న ఆశతో.

'ఏదో ఉంది, కాని అర్థం కావట్లేదు' అంటారు.

ఏ మార్మిక చిక్కుముడులు విప్పడానికి జీవితం ఇట్లాంటి చిక్కు అలవాట్లను కల్పిస్తుందో!

అందుకే వాటిని తెల్ల నోటుబుక్కులో అంటించి 'రికార్డు' చేశాను, అర్థం వెతక్కుండానే జీవితంలో కొన్నింటిని ఆనందించవచ్చు, అని నా కొడుక్కో మనవడికో చెప్పడానికి వీలుగా.

▸ 2009 డిసెంబరులో 'ఫ్యామిలీ'లో 'మై హాబిట్' శీర్షిక కోసం చేసిన ప్రారంభోత్సవం.

▸ 'సోకాపి' అంటే కొందరికి అర్థం కాలేదు. ఆ మాత్రం తిరగేసి మీరు చదువుకోగలరనే అనుకుంటున్నా.

ఇంకెవరు నా బెస్ట్‌ఫ్రెండ్?

సెల్ఫ్‌డబ్బా పిక్చర్స్...
ప్రొడక్షన్ నం.11
సీన్ 56/విలన్ బెడ్రూమ్/నైట్/ఇంటీరియర్

స్టార్ట్ కెమెరా!

వారం తర్వాత వెళ్లాల్సిన ఊరు గురించి, నెల ముందు నుంచే ప్లాన్ గీస్తానని నాకు మాత్రమే తెలుసు. నేను అనాలనుకున్న మాట ఒకటైతే, అన్నది ఒకటైనప్పుడు ఎన్ని పదుల గంటలు మథనపడతానో ఎవరూ గమనించలేదు. నేను ఎలా అన్నం తింటానో, ఆఁ ఎవరు... ఆ చార్మినార్ హోటల్లో అబ్బాయి మాత్రమే గుర్తించాడు.

'ఏం అరచేతులురా! ఇంకెవడికైనా ఇలా ఉంటాయా' అని అందరికీ జాతకం చూసే రమేష్‌గాడు ఒకటే ఇదైపోయేవాడు.

బొటనవేలినీ చిటికెనవేలినీ ఒక జతగా; చూపుడువేలునూ ఉంగరపు వేలునూ ఇంకో జతగా చేసి వేళ్లాడించటం (అప్పుడెప్పుడో 'ట్విన్‌బ్రదర్స్' సినిమాలో జాకీచాన్‌ను చూసినప్పట్నుంచీ) ఎందుకు మానేశానో ఎవరూ నన్ను ఇంటర్వ్యూ చేయలేదు.

మూడేళ్ల క్రితం దానంగా ఇచ్చిన ముప్పై దుస్తుల గురించీ, మూడు రోజుల క్రితం ముసలమ్మకు ఇచ్చిన రూపాయి గురించీ ఎక్కడా పేపర్లో రాలేదు.

పెరట్లోని మామిడిమొక్కకు నేను ఎంత దూరం నుంచి తెచ్చి ఎన్ని కుండల నీళ్లు పోశానో, ఏపుగా పెరిగిన అరటిచెట్టు ఉన్నట్టుండి విరిగిపోయినప్పుడు ఎంత విలవిల్లాడానో ఎవరికీ పట్టలేదు.

ఆరోజు బస్సులో వాడు అలా ఎందుకు చేశాడో, థియేటర్ దగ్గర వాళ్లు ఎందుకు గొడవపడ్డారో నేను ఎవరికీ చెప్పలేదు.

వీళ్లందరూ నా గొప్పతనం ఏమిటో తెలియక ఇలా మామూలుగా ఉన్నారుగానీ, తెలిస్తేనా! అప్పుడు నా దగ్గరికి వచ్చినా నేను వీళ్లతో మాట్లాడనుగాక మాట్లాడను.

ఒకవేళ నేను గొప్పవాణ్ని కాకుండానే చచ్చిపోతే?

ఇవన్నీ ఎవరు రికార్డ్ చేయాలి? నా గురించి తర్వాతి తరానికి ఎవరు చెప్పాలి? అప్పుడే నాకు దేవుడు గుర్తొస్తుంటాడు.

నన్ను నీడలా వెంటాడి, వెన్నుతట్టి, 'ఏ నిజమబ్బా, రాజి ఆ తప్పు చేయలేదు తెలుసా?' అని నా తరఫున వకాల్తా పుచ్చుకోవాలని కోరుకుంటాను.

'నీ గురించిన మొత్తం డేటా నా దగ్గరుంది, 2003 మే 23న నువ్వేం చేశావో చెప్పనా?' అని మేఘాల్లోంచే అడగాలనుకుంటాను.

'ఏ పోబ్బా నువ్వూ' అని నేను విసుక్కున్నా నా వెంటే ఉండాలనుకుంటాను.

ఉండడా? ఉండకపోతే దేవుడు ఎలా అవుతాడు? మై ఫ్రెండ్ ఎలా అవుతాడు?

-కట్-

◗ *'ఫ్యామిలీ'లోని 'మై ఫ్రెండ్' కోసం 2010 ఫిబ్రవరిలో రాసింది.*

◗ *ఒరిజినల్ టైటిల్: వద్దన్నా వదలనివాడే...*

రేడియో ధార్మిక పదార్థం తన అర్ధ జీవితకాలం తర్వాత, తన నగం పరిమాణాన్ని కోల్పోతుంది. మళ్లీ ఆ కాలానికి ఆ ఉన్నదాంట్లో నగం అవుతుంది. మళ్లీ ఆ నగం మరో నగంగా, ఆ నగం ఇంకో నగంగా తన పరిమాణాన్ని కోల్పోతుందే తప్ప, పూర్తిగా కరిగిపోవడం అంటూ ఉండదు. దీన్ని మనుషులకు కూడా అన్వయించుకోవచ్చు. మొత్తం ఆటే ఆడకపోవడమంటే బతకడం మానేయడమే అవుతుంది. కాబట్టి ఆట ఆడక తప్పదు. ఆ ఆటను వీలైనంత సింప్లిఫై చేసుకుంటూ, అనవసరమైన రూల్స్ తొలగించుకుంటూ, ఎవరో మోపిన బరువులు దించేసుకుంటూ మనల్ని మనం తేలిక చేసుకుంటూ పోవడమే మనం చేయగలిగేది.

పెన్సిల్

మనిషి(తో) సమస్య ఏమిటంటే, తన గొప్పతనాన్ని
అంగీకరించమని ప్రపంచం మీద ఒత్తిడి పెడతాడు.

ఒకానొక కలంస్నేహ

అదేమిటో, కొన్ని పనులు నేను ఎప్పటికీ చేయలేను. 'కలంస్నేహం' అందులో ఒకటి.

'చాలా ఏళ్ల తర్వాత నా కలంస్నేహితుడిని కలిశాను'

'మా కలంస్నేహం ఇప్పటికీ కొనసాగుతోంది'

'పెళ్లి చేసుకోవడానికి ముందు, వాళ్లిద్దరూ కలం స్నేహితులట'

... ఇలాంటివి అరుదుగానైనా మన చెవిన పడకుండా ఉండవు.

పైగా ప్రపంచమంతా స్త్రీలు, పూలు తప్ప ఇంకేమీ లేవని నమ్మే వయసులో పడితే!

అదుగో అలాంటి ఏదో ఒక క్షణంలో నాకూ ఆ తెగులు సోకింది. దిగులు మొదలైంది. నాకెందుకుండవీ కలంస్నేహాలు?

అర్జెంటుగా నేనిప్పుడు ఒక కలంస్నేహం సంపాదించుకోవాలి. దానికి నేను పెట్టుకున్న నిబంధనలు మూడు.

1. కచ్చితంగా అమ్మాయితోనే చేయాలి.

2. ఆమె పేరు అందంగా ఉండాలి (పేరు అందంగా ఉంటే, మనిషీ అందంగా ఉంటుందేమోనన్న భ్రమ.).

3. ఆమె నాకంటే చిన్నదై ఉండాలి (ఎలాగూ రేప్పొద్దున ప్రేమలో పడతాము, పెళ్లి చేసుకోవాల్సి ఉంటుంది, కాబట్టి ఇబ్బంది రాకుండానన్నమాట.).

సిద్ధిపేట డిగ్రీ కాలేజీలోని రీడింగ్ రూమ్‌లోని న్యూస్‌పేపర్లూ, మ్యాగజైన్లలోని కలంస్నేహాల శీర్షికలన్నీ గాలించి, వడగట్టి, ఒకట్రెండు పేర్ల దగ్గర కాస్త మీమాంస పడి, చిట్టచివరకు తేల్చిన అమ్మాయి...

సుభాషిణి.

వయసు 18. గోవా.

గోవాలో ఉండే అమ్మాయికి తెలుగొచ్చి ఉంటుందా?

తెలుగు పేపర్లో పడింది కాబట్టి, వచ్చే ఉండాలి.

ఇక, ఆమెకో సుదీర్ఘ ఉత్తరం రాశాను. బహుశా, ఏ మగవాడూ ఇంకో అమ్మాయికి అలా రాయకూడదు, కనీసం మొదటి 'పరిచయం'లో. చారిత్రక తప్పిదం!

సారాంశం ఏమిటంటే: నేను ఫలానా. ఒక అమ్మాయితో కలంస్నేహం చేయాలనుకోవడం తప్పే కావొచ్చు. అయినా నీతో నేను ఎందుకు స్నేహం చేయాలనుకుంటున్నానంటే, అపోజిట్ సెక్స్ పట్ల ఉండే ఆకర్షణ వల్ల.

... ఆ అమ్మాయికి ఆ ఉత్తరం చేరిందో లేదో తెలియదు. ఆమె ఒకవేళ చదివుంటే ఏమనుకుందో తెలియదు. ఫలితం మాత్రం, రాని ప్రత్యుత్తరం.

ఎదురుచూసీ చూసీ... విసిగీ విసిగీ...

కారణం ఏదైనా, జవాబివ్వనంత పొగరు- ఏ అమ్మాయికీ, ఆ మాటకొస్తే ఏ మనిషికీ ఉండకూడదనుకుంటాను.

ఇంకంతే!

అక్కడితో ఆ అధ్యాయం సమాప్తం.

సుమారు ఓ పదేళ్ల తర్వాత కలిగిన జ్ఞానోదయం ఏమిటంటే:

(కలిగినా చేసిందేమీ లేదనుకోండి.)

అసలు నిన్ను అంత 'ఓపెన్'గా ఎవడు ఉండమన్నాడూ!

నీ నిజాయితీ తగలెయ్య!

జీవితంలో ఏ విషయంలోనూ క్లారిటీ లేని నాకు, అమ్మాయిలతో స్నేహాల విషయంలో చాలా స్పష్టత ఉంది. అందువల్లే నేను అన్యాయమైపోయాను.

ఎందుకు వీళ్లకు చేరువ కావడానికి కొంత హిడెన్ ఎజెండా అవసరం అవుతోంది?

ఎందుకు వీళ్లు కొంత మాయ చేయాల్సిన పరిస్థితి కల్పిస్తారు?

నువ్వేమీ వినట్లేదుకదా, సుభాషిణీ!

▸ జి.శ్రీనివాసరావు 'ద మ్యాజిక్ ఆఫ్ ద మిడిల్స్'లో ఆయన 'పెన్‌పాల్ స్టోరీ' చదివాక...

▸ నవంబరు 2010 'ఫన్‌డే'లో ప్రచురితం.

ఫలానా సందర్భంలో మంచివాళ్లే తప్ప, పూర్తి మంచివాళ్లు లేకపోవడమే అసలు సమస్య.

ప్రేమ?!

అందమైన కల.

అరుదైన కల.

అబ్బురపరిచే కల.

అనుభవాల మగతనిద్రలో, అనుభూతులకు రెక్కలు వచ్చి, మది నదిలో ఈదులాడుతుంటే...ఓహ్... ఎంతటి ఆనందం! మరెంతటి ఆశ్చర్యం!

అందుకేనా ప్రపంచం ఇంత అందమైనది అంటే నమ్మాలనిపిస్తుంది. ఇందుకేనా మనిషి తన జీవనకాలం నూరేళ్లయినా చాలవంటాడు.

మస్తిష్కంలోని ఊహలు, మదిలోని ఊసులు ఒకే దగ్గర చేరి, హృదయాంతరాళాల్లో దాగివున్న సంతోషాన్ని ఉప్పెనలా ఎగజిమ్ముతున్నాయి. ఆ సంతోషాన్ని ఒక్కరే అనుభవించలేరు. తోడు కావాలి. మనకంటూ ఓ తోడు. అందరూ దుఃఖాన్ని పంచుకోవడానికి మరొకరు కావాలంటారు, కాని నాకయితే అలా అనిపించదు.

కాని... ఎన్నాళ్లు ఈ బంధం?

ఒక మనిషి జీవనకాలం.

నిజంగానా?

నమ్మాలి.

బంధం పెనవేసుకునే ముందు ఉండే ఆకర్షణ జీవిత చరమదశ వరకూ ఉంటుందా?

కచ్చితంగా. అందుకేగా ఈ సృష్టిలో ఎన్నెన్ని బంధాలు! ఎందరెందరు దంపతులు! కలకాలం ఒకరికొకరు తోడునీడగా.

అదొక పూలతోట.

రకరకాల రంగులు, వింత కాంతులు.

ఓ పూవు మొగ్గ తెరుచుకొని ఆకాశం వంక చూస్తోంది.

అందులో నవరసాలకు నిలయమైన నీరులాంటి ద్రవం. సృష్టికదే మూలం.

భగవంతుడు ప్రేమ అనే ముత్యాన్ని ఈమెకు ప్రసాదించాడు. అలా ఆ నింగి నుండి జారిన ఆ ముత్యం పూ పొరల్లో, ప్రకృతి కాంత ఒడిలో నిలిచిపోయింది.

ఆమెలో వింత ఆకర్షణ మొదలైంది.

ఇంతకుముందెన్నడూ లేనిది. యవ్వనం.

అంతా బాగానే ఉంది. కాని ఆ అందం అడవి కాచిన వెన్నెలవుతోంది.

ఎవరైనా ఆ రసానుభూతులను చవి చూస్తేనేగా అందులోని ఆనందం తెలిసేది, అనుభూతి కలిగేది, అనుభవంగా మిగిలేది.

అందుకే ఓ తుమ్మెద. పురుషుడు.

భూప్రదక్షిణాలు చేసి వచ్చిన అతడు అక్కడ నిల్చిపోయాడు.

చెప్పాలంటే ఆగిపోయాడు. కాళ్లు కదలలేదు. కళ్లు మూతలు పడలేదు. నోట మాట రాలేదు.

ప్రపంచాన్నే జయించాలన్న నాకు ఏం జరిగింది?

ఆమె ఏమీ తెలియనట్టుగానే నాకేదో చేసింది.

ఇంద్రజాలం... కాదు అంతకంటే ఇంకా ఏదో?

మదనుడి బాణం ఆయన హృదికి తగిలింది. ఎద విశాలమైంది, సత్యం బోధ పడింది.

నేను జయించాల్సింది ప్రపంచాన్ని కాదు, ఈమెను.

నాలో ఎన్ని మార్పులు! వీటన్నిటికీ కారణమైన ఈమెను వదలను.

అతడిని ఆకర్షించింది ఆమెలోని ముత్యం. దానిని కైవసం చేసుకుంటే చాలు! ఈ ప్రపంచం నాదైపోతుంది.

అతడు ప్రదక్షిణాలు మొదలెట్టాడు. మాటా మంతీ కలిపాడు.

ఆమె సెలయేటి హొయలను చూశాడు, కిలకిలరావాలను విన్నాడు.

ఆమె ఓరచూపు పదునైన బాణం. తట్టుకోలేకపోయాడు.

ఆమె కవ్వించింది. అతడిలో పట్టుదల పెరిగింది.

అతడిలో కడలి కెరటాలు నింగివైపు ఎగస్తున్నాయ్. సాధించకపోతే జన్మే కాదనుకున్నాడు.

ఆ సుకుమారి ఎప్పుడూ సుఖాలలోనే తేలియాడదు. కష్టాలు వస్తాయి ఆమెకు కూడా. అప్పుడు ఓదార్పు కావాలి.

సృష్టిలీలలు విచిత్రం.

ఓ తుఫాను, బీభత్సమైన గాలివాన.

ఆ పూబాల బెంబేలు పడుతోంది, రెపరెపలాడుతోంది.

అతడు మేలుకున్నాడు. అరచేతులను అడ్డుపెట్టాడు. బయటి తుఫాను ఆమెను ఏమీ చేయలేకపోయింది.

అతడు పూపొరల కురులను సవరించాడు. పక్కగా వాలిపోయిన ఆమెను నిలబెట్టాడు.

ఆ స్పర్శ కొత్తగా ఉంది.

ఏదో తెలియని మైకం, మగత.

ఇక తుఫాను లోపల మొదలైంది!

వాళ్లు ఆనందసాగరాల్లో ఈదులాడారు. వెన్నెల వన్నెలను జుర్రుకున్నారు.

కొంతకాలం... కొన్ని యుగాలు గడిచాయి.

ఈ పురుషుడికి అన్వేషణ, నిరంతరాన్వేషణ తపన.

ఆమెలోని ముత్యాన్ని సాధించికొని వెళ్లిపోవాలి. సంగ్రహించుకుని వెళ్లి సావనీరుగా దాచుకోవాలి. తిరిగి తన ప్రపంచయాత్ర కొనసాగించాలి.

ఈ విషయం ఆమె గ్రహించింది.

ఆమెలోని స్త్రీత్వం హెచ్చరించింది.

ఆమెకు భగవంతుడు కొన్ని యుక్తులు, కొన్ని అబ్బురమైన శక్తులు ప్రసాదించాడు. ఎప్పుడు కావాలనుకుంటే అప్పుడు తన గుప్పిటి మూసివేసుకోగలగడం.

ఆమె నిద్రలో ఉన్నప్పుడు, ప్రపంచాన్ని మరిచి అతని ఒడిలో వాలిపోయినప్పుడు అతడు మేలుకొంటాడు. ఆమె పూరెక్కల బుగ్గలు చుంబించి ఆ ముత్యం కోసం చేయి చాచుతాడు. అంతే! ఆమె గుప్పిటి మూసుకుంటుంది.

ఇలాగే సాగిపోతోంది కాలం.

అతడు వేచి చూస్తూనే ఉంటాడు. ఆమె తన జాగ్రత్తలో తను ఉంటూనే ఉంటుంది. ఇదే జరుగుతోంది.

ఇలా ఎన్నాళ్లు?

ఆ పూవు వాడిపోవాలి.

లేదా ఆ తుమ్మెద అలసిపోవాలి.

అప్పటివరకు ఇది ఆగదు. ఇదో నిరంతర ప్రక్రియ. ఇదే సృష్టి రహస్యం. ఇదే బంధం.

కొంత కాలమయ్యాక... అతడు వెళ్లలేకుండా కూడా అయిపోతాడో... ఏమో?

▶ సెప్టెంబర్ 1998 ఓ తెల్లవారు జాము కలకు ఇది అక్షర రూపం

▶ ప్రచురణ: సెప్టెంబర్ 2008

వాళ్లది ప్రేమ. మనది క్యాల్కులేషన్.

కోనసీమ వాకిట్లో కొబ్బరాకుల కౌగిట్లో

ప్యాంట్లు, షర్టుల్లో మాత్రమే చూడటానికి అలవాటు పడిన స్నేహితులను అంతకు భిన్నమైన గెటప్పుల్లో చూసే అవకాశం టూర్లు కల్పిస్తాయి. బహుశా, చొక్కాలు విప్పు కున్నట్టుగానే, మనసులు విప్పుకునే సందర్భం కూడా ఇదేనేమో!

రొటీన్ బస్, రొటీన్ క్యాంటీన్, రొటీన్ లంచ్, రొటీన్ కబుర్లు... ఆఫీసుకు వస్తున్నావా? ఐటెమ్ అయిందా? ఇష్యు క్లోజయిందా?...

లేదు, ఈ చట్రంలోంచి బయటపడకపోతే జీవితం క్లోజయ్యేట్టుగా ఉంది.

ఒక్క కొత్త ముఖాన్ని, ఒక్క కొత్త అనుభవాన్ని, ఒక్క కొత్త రుచిని చూడకుండానే ఎన్నో రోజులు మరణిస్తున్నప్పుడు, జీవిస్తున్నామని చెప్పగలమా?

*

వైజాగ్, కోనసీమ, తిరుపతి...

సముద్రమూ, పచ్చదనమూ, జనసందోహమూ...

ఇందులో మొదటిదాన్ని చూడాలన్న కోరిక మొన్నీమధ్యే తీరింది. రెండోదాన్ని చూడటానికి 'సమీర పెళ్లి' అనే సాకు దొరికింది. ఛలో కోనసీమ!

గౌతమి... హైదరాబాద్-రాజమండ్రి... ఏడుగురికి టికెట్స్ దొరుకుతాయా?... రిజర్వేషన్... వెయిటింగ్ లిస్ట్... ఆర్ఏసీ... సంక్రాంతి బిజీలో కష్టమే... ఒకవేళ పోయేప్పుడు దొరికినా, వచ్చేప్పుడు ఇంకా కష్టం... మరి ప్రోగ్రామ్ క్యాన్సిల్ చేద్దామా?... ఎలాగైనా వెళ్లాలబ్బా...

ఇంతలో మాధవ్ ఫోను, 'అందరికీ బెర్తులు కన్ఫమ్ అయ్యాయి'.

ఎస్-7 బోగీ, శనివారం, డిపార్చర్ టైమ్ రైల్వే భాషలో 21.15...

*

'నేను ఇదే మొదటిసారి రైలెక్కడం' మల్లేష్ పరిచయం.

'ఇదో చారిత్రక పర్యటన' యాకూబ్ అతిశయం.

'చలి తక్కువగానే ఉంది' రైలు లోపలి, బయటి వాతావరణాన్ని ప్రకాష్ అంచనా వేస్తున్నాడు.

'కెమెరా ఎక్కడుంది?' అప్పుడే క్రాంతి ఫొటోగ్రాఫర్ అవతారం ఎత్తేస్తున్నాడు.

'నేను పడుకుంటానన్నా' మురళి నిద్రలోకి జారుకుంటున్నాడు.

కొన్ని వందలమంది పక్కలు సర్దుకుంటూ, కాళ్లు ముడుచుకుంటూ, లోగొంతులో మాట్లాడుకుంటూ, 'కాఫీ కాఫీ' శబ్దాలు వింటూ, లైట్లు ఆర్పివేస్తూ, టాయ్‌లెట్ డోర్లు తెరుస్తూ...

రైలుపట్టాలూ, చక్రాలూ కలిసి జుగల్‌బందీ చేస్తున్నాయి. బోగీలు వాటికి కోరస్ పాడుతున్నాయి. ఆ శబ్దం, ఏదో మార్మికలోకం నుంచి అందుతున్న పిలుపులాగా ఉంది. డ్రైవర్ సాబ్, గుడ్‌నైట్!

*

తెల్లారి రాజమండ్రిలో దిగి మా హోస్ట్ లింకన్‌తో అమలాపురం వెళ్తుంటే,
మధ్యాహ్నం ట్యాక్సీ మాట్లాడుకుని సుబ్రహ్మణ్యంతో యానాం వెళ్తుంటే,
మరునాడు మళ్లీ లింకన్‌తో లక్కవరం నుంచి రాజమండ్రి వస్తుంటే,
కొబ్బరిచెట్టు!
మళ్లీ చెట్టు.
అరే ఇంకో చెట్టు.
ఇప్పుడు చెట్లు.
మళ్లీ చెట్లు.
మళ్లీ మళ్లీ చెట్లు మళ్లీ చెట్లు మళ్లీ...
చెట్లు చెట్లు చెట్లు చెట్లుట్లుట్లు....
కొన్ని మిలియన్ల కొబ్బరిచెట్లు...

గరిక మొలిచినంత సహజంగా, ఇంటి చుట్టూ, పొలం చుట్టూ, రోడ్డు పక్కనా, ఎక్కడ చూసినా అక్కడే ఉంది కొబ్బరిచెట్టు. ఆకుపచ్చ పెన్సిల్ కోసం మారాం చేస్తున్న పిల్లాడికి, నీలాకాశమే దొరికినట్టయింది! అన్నం మెతుకుల కోసం ఆరాటపడుతున్న వాడికి ఆవకాయ బిర్యానీ (ఏదో ప్రాసకోసం పాకులాట) పెట్టినట్టయింది!!

*

'పూడి', 'లంక', 'వరం' సఫిక్స్ గ్రామాలు...

అక్కడ చెట్లూ మనుషులూ వేర్వేరుగా లేరు, మట్టీ మనిషీ వేర్వేరుగా లేదు. ఒక సంస్కృతిగా, జీవనవిధానంగా వాళ్లు కొబ్బరిచెట్లతో మమేకమయ్యారు. బతుకులో భాగంగా, బతుక్కి ఆలంబనగా కొబ్బరిచెట్లు కనిపించాయి.

గూనపెంకుల ఇళ్లు... నాయకుల, హీరోల కటౌట్లు... సిమెంటు వంతెనలు, తాటివంతెనలు, కరెంటుస్తంభం వంతెనలు... కొబ్బరిచెట్ల మధ్యగా సైకిల్ ప్రయాణాలు... రోడ్డు పక్కన కాలువలు... ప్రణయం పుట్టడానికి అనువైన వాతావరణం, ప్రకృతితోనూ, మనుషులతోనూ.

గెలలు గెలలుగా, ఆకులు ఆకులుగా, గుంపులు గుంపులుగా అరటిచెట్లు కూడా ఉన్నా, కొబ్బరి ఎత్తులో పోటీ పడలేక అవి మరుగున పడిపోయినట్టున్నాయి. చాలా తక్కువసార్లు అవి వాటి ఉనికిని చాటుకున్నాయి, మరీ ముఖ్యంగా అంబాజీపేట మార్కెట్‌కు సైకిళ్ల మీద వాటిని తరలిస్తున్న వాళ్లు మాకు ఎదురుపడినప్పుడు.

*

'అష్టాచెమ్మా సినిమా షూటింగ్ ఇక్కడే జరిగింది' లక్కవరం గురించిన ఇంట్రడక్షన్.

'ఇంకా చాలా జరిగాయి' అదనపు విలువ.

'సుకుమార్ సొంతూరు మట్టపర్రు నాలుగు కిలోమీటర్లే' కొత్త సమాచారం.

పూరీ, పెసరబోండా టిఫినీలు కానిచ్చి, పెళ్లికి ఇంకా టైముండటంతో ఊరిలోకి షికారు. సింబాలిక్ షాట్‌లాగా, అష్టాచెమ్మా ఆడుతూనే కనిపించారు ఓ ఇంట్లో మనీష, లీలామహాలక్ష్మి, సుజాత. అందరూ పది పన్నెండేళ్ల వాళ్లు.

సుజాత పందెం వేస్తే 'కన్ను' పడింది. మహాలక్ష్మి గవ్వలు విసరగానే చెమ్మా.

మట్టిని గోడలుగా, కొబ్బరాకులను కప్పుగా మలిచిన చిన్న ఇల్లు అది. ఇంటి చుట్టూ గోడకు సున్నంతో ముగ్గు. చాలా ఇళ్లకు చుట్టూ కంచెలాగా కొబ్బరి ఆకులతో అల్లిన తడికలు. ఇంటి ముందర ఓ తెల్ల కుక్క. వాటితో ఆడుతూ చిన్నపిల్లలు. నాట్లు వేయడానికి గోచీలు బిగించి పొలంలోకి వెళ్లడానికి సిద్ధమవుతున్న స్త్రీలు.

నా కళ్లకు ఆ దృశ్యం రిచ్‌గా కనిపించినా, వ్యవహారంలో అదో పేద కాలనీ.

చూసిన రెండు మూడు చేదబావులకు కప్పేయే లేదు. గజం లోతులోనే నీళ్లు కనబడుతున్నాయి. రోడ్డుకు ఆనుకుని పారుతున్న కిలోమీటర్ల కొద్దీ పొడవైన, బారెడు వెడల్పున్న కాలువ ప్రభావం అది. అక్కడక్కడా కొందరు అందులోనే బట్టలు ఉతుకుతున్నారు. కొందరు స్నానాలు కానిస్తున్నారు. ఒకరిద్దరు రైతులు పశువులకు స్నానం చేయిస్తూ కనిపించారు.

ఓ ఇంటిలోకి ఎవరో అతిథి వస్తే, ఓ గృహిణి కూల్‌డ్రింకుతో మర్యాద చేసింది. కొబ్బరినీళ్లు దొరికే చోట సాఫ్ట్‌డ్రింకుతో స్వాగతం పలకడం విచిత్రమే(నా?). కొబ్బరి బోండాలు అమ్మకానికి పెద్దగా కనబడకపోవడానికి కారణం తర్వాత వెంకటేశులు చెప్పాడు.

"ఇక్కడ అందరం పండు అయ్యేదాకా ఉంచుతామండీ, చెట్టు తీరిపోద్దని."

మరి కాయ అమ్మేవాళ్లు?

"అటైపు వాళ్లు (రాజమండ్రికి దగ్గరివాళ్లని) బోండాలకేత్తారండీ. సొమ్ములు వచ్చేత్తున్నాయి కదండీ."

*

'ఇచ్చట్ట నోటీసులు అంటించరాదు'

'ప్రభుత్వ ఆస్తులను ధ్వంశం చేయరాదు'

'దోరబాబు కిరాణం'

'చింతావారి వీది'... లాంటి తెలుగు విధ్వంసాలు బహుశా మన తెలుగు వాళ్లందరికీ కామనే.

'సమైక్యాంధ్ర సాధిద్దాం

– లక్కవరం ట్యాక్సీ యూనియన్'

అన్న బోర్డును చూసి, "ఇక్కడ ఎలా ఉందండీ, ఈ తెలంగాణ మీద..." అని అడిగితే– "విడిపోవద్దండీ," అన్నాడు ట్యాక్సీ యజమాని శ్రీను.

"ఎందుకనీ?"

"మరి బార్డర్ ట్యాక్సు పడిపోతుంది కదండీ."

*

పోలిక లేకపోతే ఎక్స్‌ప్రెషన్లో తేడా తెలియదు.

ఈమధ్య చూసిన అబ్సర్డిస్థాన్ అనే సినిమాలో, ఊరికి నీళ్లొచ్చాయని తెలియగానే ఆడా మగా వయసూ తేడా లేకుండా గంతులు వేస్తారు. చుక్క నీళ్లు బంగారం అయిన వాళ్లు అలాగే ఫీల్ అవుతారు.

బహుశా, నా మనసు కూడా అలా గెంతింది, ఉరికింది, కొబ్బరిచెట్లను చుట్టు కుంది, కాలువలో ప్రవహించింది, ఒడ్డుపై కూర్చుంది, ఇదిరా అదృష్టం అనుకుంది, అదే జీవితం అయినవాళ్లకు, తాము ప్రత్యేకంగా ఉన్నామన్న అవగాహన లేకపోతే గనక ఇందులో అంత థ్రిల్ ఉంటుందా? అని తర్కించింది. అనుభవించడం మానేసి ఆలోచనలో పడినందుకు దానికదే తిట్టుకుంది. ప్రకృతి నన్ను రంజింపజేయడం

మానుకుందా? అని క్షణం నివ్వెరపోయింది.

'ఇక్కడే ఓ చిన్న గుడిసె వేసుకుని ఉండిపోవాలనుంది,' అన్నాడు యాకూబ్.

'ఇక్కడి అమ్మాయిని చేసుకుంటే తరచూ రావొచ్చు,' చెప్పాడు ప్రకాశ్.

ప్రకృతి చూసేది కాదు, అనుభవించాల్సినది. ఒక్కో చెట్టు, ఆ చెట్టు ఆకు, అక్కడి నీళ్లు, పొలం, గుడిసె, మనిషి, పిల్లలు... దేనితోనైనా అనుభూతి చెందవచ్చు. దాన్ని జీవితంలో భాగం చేసుకోకపోతే, మరో ట్రావెలాగ్ రాసుకోవడానికి తప్ప ఇంకెందుకూ పనికిరాదు, అనిపించింది.

గోదావరి ఒడ్డున భరతమాత విగ్రహం చూశాం. యానాం సెంటర్లో వైఎస్ఆర్ కాంస్య విగ్రహం దర్శించాం. ఆకాశం, నీళ్లు ఏకమైనట్టు తెల్లవారుజామున ఒకసారి ఒకచోట భ్రమపడ్డాం. అది నిజంగా భ్రమే. అసలు అక్కడ నీళ్లే లేవు. 'యానాంలో సైకిల్ యానం' అని హెడ్డింగులు పెట్టుకున్నాం. రెండు రాష్ట్రాల్లో భాగంగా ఉన్న అమలాపురం వాళ్లకూ, యానాం వాళ్లకూ రూపులో, మాటలో తేడా ఏమీ లేదనుకున్నాం. బోటు షికారు చేశాం. గోదావరి మీద వెళ్తున్నామా? గోదావరిలోకి వెళ్తున్నామా? అని జోకు లేసుకున్నాం. అదృష్టదీపక్ ఇచ్చిన తాపేశ్వరం కాజాలు తిన్నాం.

'ఒకరినొకరు అర్థంచేసుకుని, ఒకరినొకరు క్షమించుకుని... స్వభావాలు, క్రియలు, ఉద్దేశాలు వేర్వేరుగా ఉన్నా, ఇకనుంచీ మీరిద్దరూ ఏకశరీరంగా బతకా'లంటున్న పాస్టర్ వివాహ హితవచనాలు విన్నాం. ఇట్లాంటి ప్రమాణాల వల్ల, ఎదుట ఉన్న వ్యక్తి తనకు ప్రత్యేకమైన మనిషి అని మెదడులో రిజిస్టర్ అయిపోతుందేమో! బహుశా ఆ క్షణమే వారికి కొత్తగా ప్రేమ అంకురిస్తుందేమో!

నాకైతే ఆ కొబ్బరిచెట్ల మీద ప్రేమ అంకురించింది.

పర్యటన విజయవంతమైందని మాకు మేమే అభినందించుకున్నాం. అక్కడి జ్ఞాపకాలకు భౌతికరూపంగా యానాం ఒడ్డున ఏరిన గవ్వలున్నాయి.

మళ్లీ మా ఆఫీసులోకి, నా సీట్లోకి ముడుచుకుపోవడానికి ముందు-

కొందరు అమ్మాయిల నిద్రమబ్బు కళ్లను తలుచుకోకపోతే, ఈ పర్యటన సమాప్తం కాదు.

- *'ఫన్‌డే'లో వచ్చిన ఈ ప్రక్రియకు నేను పెట్టుకున్న పేరు 'ట్రావెలైఫ్'.*
- *రచనాకాలం: జనవరి 2010*

మగవాడు కాళ్లతో కాదు, కళ్లతో నడుస్తాడు.

మన వెలుగూ వెన్నెలా ఆమే!

ప్రేమ గురించి మాట్లాడటమంటే స్త్రీ గురించి మాట్లాడటమే. ప్రేమ, స్త్రీ వేర్వేరు కాదు. అందుకే ఆమెను లవ్ అన్నారు. అతణ్ని మ్యాన్ అంటారు.

మనకు ప్రతిదీ భౌతికంగా కనబడితేగానీ అర్థంకాదు కాబట్టి, సృష్టి ఆమెను సృజించివుండొచ్చు. విచిత్రం! సృష్టి తనను తానే సృష్టించుకుంది.

ఆమె సూర్యుడు. మనం భూమి. ఆమె చంద్రుడు. మనం చకోరం.

అందుకే- తన చల్లదనం కోసం మన శరీరం కాలిపోతుంది. తన వెచ్చదనం కోసం మన మెదడు చల్లబడిపోతుంది. మన వెలుగూ, వెన్నెలా ఆమే.

మన ప్రపంచాన్ని ఎన్నో భావాలు ఊపి, ఊగించి చివరికి స్త్రీ దగ్గర ఆగిపోతాయి, అది మాత్రమే అంతిమలక్ష్యం అని గుర్తు చేయడానికా అన్నట్టు.

శేషేంద్ర అన్నట్టు, 'ఒక్క గమ్యం కోసం తక్కిన ప్రయాణాలన్నీ త్యాగం చేసుకుంటా'ం. మనదైన, మనసైన తన కోసం అన్వేషణ మొదలుపెడతాం.

సూర్యుడి వైపే తలతిప్పే పొద్దుతిరుగుడు పువ్వులా 'ఆమె' ఎక్కడ కనబడ్డా ఆమెవైపే మన ముఖం తిప్పుతాం.

కొన్ని వేలు, లక్షల సంవత్సరాలుగా ఈ భూమ్మీద మానవాళి సంచరిస్తున్నదాన్ని బట్టి, పాపవశాన, కర్మఫలంగా మనం ఎలాగూ మానవజన్మే ఎత్తుతూ ఉండి వుంటాం కాబట్టి, ఏ కాంబినేషన్స్‌లోనో తను మనకు భార్యో, మనం ఆమెకు ప్రియులమో అయి వుండకపోతామా అని ఆలోచిస్తూ ఉంటాం.

ఏ జన్మ రహస్యాల్లో చెప్పకపోతుందా అని మనం ఆమె కళ్లలోకి చూస్తాం. (మనం ఎందుకు జన్మెత్తామోనన్నట్టుగా ఆమె మనల్ని చూడొచ్చు.)

మనల్ని ఎందుకు అంగీకరించలేదా, ఎందుకు తన మనిషిగా గుర్తించలేదా అని బెంగపెట్టుకుంటాం. మనం ఆమెను చూడని సమయంలో ఆమె మనల్ని చూసివుండొచ్చు గా అని కుతర్కం లేవనెత్తుకుని సంతృప్తిచెందుతాం.

మనం ఎంత బలవంతులమైనా కావొచ్చు, ప్రేమ దగ్గర మాత్రం బలహీనులం. లేదూ, అదే మన బలమేమో!

ఎంత వైరుధ్యం! విజేతనూ పరాజితుణ్నీ ఏకకాలంలో చేయగలదు ప్రేమ, అదే స్త్రీ.

'ఛీ, ఇదంతా నాన్సెన్స్,' అని ఏ ఒక్కక్షణంలోనో మన పురుషాహం అన్ని తలపుల్నీ విదిల్చి పారేస్తుంది. తను తన హృదయ తలుపుల్ని ఎప్పుడు తెరుస్తుందా? అని మన మనసు అక్కడే తచ్చాడుతూనే ఉంటుంది.

పదివేల గులాబీల నుంచి వడగట్టిన చిక్కటి ఒక చుక్క పరిమళ ద్రవ్యంలా, ఆమె ఉనికి ఎంత తక్కువైనా ప్రభావం అంత ఎక్కువ.

మనల్ని మనం పోగొట్టుకోవడానికి ఆమెను వెతుక్కుంటాం. తనకు తానుగా మనల్ని దగ్గరకు తీసుకోవాలని ఆశపడతాం. పాదాల్నీ, పెదాల్నీ సమానస్థాయిలో ఇష్ట పడుతుంటాం. ఆ అందం చుట్టూ పరిభ్రమించలేని, ఆ అందాన్ని ఆరాధించలేని మన జన్మలను చూసి ఏ వెంకటాచలమో వెర్రిగా నవ్వడా, అనుకుంటాం.

ప్రేమ అంటే స్త్రీ అన్నాం. అందం అన్నా కూడా స్త్రీయే.

అందం... ఒక్కక్షణకాలంలో (ఇంకా తక్కువేమో!) కలిగే అనుభూతి. చూడటం, దాన్ని జడ్జ్ చేయటం ఏకకాలంలో జరిగిపోతాయి. అసలు ఈ ప్రాసెస్ జరిగిందని కూడా మనం గుర్తించకపోవచ్చు.

కళ్లల్లో మెరుపునూ, ముఖంలో కాంతినీ, పెదవుల చివర నవ్వునూ, హృదయ లోతుల్లో జీవితేచ్ఛనూ ఏకకాలంలో కలిగించేది అందం అయ్యుండాలి.

కొన్నిసార్లు చూడగా చూడగా మనకు కొన్ని అందంగా కనబడవచ్చుగాక.

ఒక్కోసారి మన నిర్ణయాన్ని ఇతరులు కూడా ప్రభావితం చేయొచ్చు. ఐశ్వర్యే ఇప్పుడు అందరికంటే అందగత్తె అని మీడియా మనతో ఒప్పించినట్టుగా.

అయినా ఎవరు అందగత్తె అనేది మనకు ఓ ఐడియా ఉంటుంది. కొందరికి చర్మలోతుల్లో అందం కనబడితే, మరికొందరికి కంటిలోతుల్లో అందం కనిపిస్తుంది. ఏ ఎంపికైనా వ్యక్తిగతమే.

దివ్యభారతి సిగ్గు, దీపిక కళ్లు, గౌతమి చెంపలు, రేఖ చర్మం, రాణీముఖర్జీ గొంతు... కొందరికి అందంగా కనబడొచ్చు. ఇవన్నీ కలిపితే ఏర్పడేది మరింత అందమైన అమ్మాయి కాకపోవచ్చు, అసలు అందంగానే ఉండకపోవచ్చు.

దేనికి ఏది మ్యాచ్ చెయ్యాలో సృష్టికి బాగా తెలుసు. అది అలా ఉండటమే అందం.

ఈ అవగాహన గనక ఏర్పడితే, మళ్లీ భూమి గిర్రున తిరిగినట్టు కథ మొదటి కొస్తుంది... ప్రతిదాన్లోనూ అందం ఉంటుందన్న ప్రాథమిక సూత్రం అంగీకరించాల్సి వస్తుంది.

ఒక్కటి మాత్రం నిజం. అందం గురించి మాట్లాడటం అందంగా ఉంటుంది.

ఆనందాన్ని కలిగించేది కూడా అందమే అయ్యుండాలి... చేతి వంట బాగున్నప్పుడు అక్క చేతులు, లెక్కల పరీక్షలో 'వెరీ గుడ్' అన్నప్పుడు మాస్టారి గొంతు గొప్పగా కనబడినట్టు.

అమ్మ అందంగా ఉందా లేదానన్న స్పృహ లేకపోవడం, నాన్న ఎలా ఉన్నాడన్న చింత కలగకపోవడం మన సుగుణమే. తల్లిపాలు బాగా లేవని మొహం తిప్పుకున్న పిల్లలు ఇప్పటివరకు ఉన్నట్టు మనకు తెలియదు.

పుట్టుకతో ఉండే ఈ 'అన్‌కండిషనల్‌గా ప్రేమించే' శక్తిని క్రమంగా కోల్పోతామేమో! అందువల్లే అందం, అనాకారితనం అనే విభజన మనకు కలుగుతాయేమో!

అయితే, ఈ అందం, ఈ పదాలూ, వీటికి అర్థాలూ తెలియనప్పుడే మనం తొలి క్రష్‌కు లోనవుతాం. మనకు ఈ అర్థాలన్నీ తెలిసేప్పటికి జీవితం మనల్ని క్రష్ చేస్తూ ఉంటుంది. సంసారంలో నలిగిపోతూ, ఆఫీసుల్లో చివికిపోతూ, పని ఒత్తిళ్లల్లో చిత్తవుతూ, హడావుడిగా పరుగెడుతూ... కనిపించే బాధ్యతల బరువు ముందు కనబడని ప్రేమ గురించి ఆలోచిస్తామా? మన ఎదురుగా ఉండే మనిషిని గుర్తిస్తామా?

ఉన్నవి నాలుగ్గోడలే తప్ప, అడ్డుగోడలేమీ కాదే!

ఏమనుకున్నాం? ప్రేమ గురించి మాట్లాడటమంటే స్త్రీ గురించి మాట్లాడటమే.

మనకు ప్రేమ కూడా భౌతికంగా కనబడితేగానీ అర్థంకాదు కాబట్టి, సృష్టి ఆమెను ప్రేమకు ప్రతీకగా సృజించివుండొచ్చు.

రూపం లేని, ఇదీ అని చెప్పలేని ప్రేమకు రూపమొస్తే... అదుగో, అది మీ ఇంట్లో ఉండే మీ మనిషిలా ఉంటుంది. కాకపోతే, మన జీవిత ప్రయాణంలో ఈ సత్యాన్ని అంగీకరించడానికి కావాల్సిందల్లా కొన్ని 'మైల్ స్టోన్స్' లాంటి సంఘటనలు. అంతే!

అప్పుడు–

ఆ తర్వాత ఇంకెప్పుడైనా ఈ మాట మీకు అనాలనిపిస్తే అది మీ తప్పు కాదు.

'నేను' తప్ప ఈ ప్రపంచంలో ఇంకేమీ నాకు లేదు.

నువ్వు తప్ప ఈ ప్రపంచాన్నుంచి ఇంకేమీ నాకు అక్కర్లేదు.

2010 'ప్రేమికుల దినోత్సవం' సందర్భంగా భార్యాభర్తల ప్రేమ గురించి 'ఫన్‌డే'కు రాసింది.

జీవితాన్ని పొడిగించుకోవడానికి ఉన్న ఏకైక మార్గం... వీలైనన్ని ఎక్కువ జ్ఞాపకాలు పోగేసుకోవడమే.

స్త్రీ నుంచి స్త్రీకి

స్త్రీగా ఉండలేకపోవడంలోని అశక్తత ఏదో పురుషుడిని పురుషుడిగా చేసి వుంటుందా!

అందుకే, చిత్రం, శిల్పం, గేయం, గానం... అన్నింటికీ ఆమెనే ప్రేరణగా చేసుకునివుంటాడా!

స్త్రీని గురించిన రాతలే రాతలుగా, స్త్రీని గురించిన మాటలే మాటలుగా వల్లిస్తూ వుంటాడా!

అలాగైనా ఆమెకు పరిహారం చెల్లిస్తూ వుంటాడా!

అరే–

స్త్రీ అనగానే మనకు యౌవనవతి!

స్త్రీ అనగానే సౌందర్యవతి!

స్త్రీ అనగానే లాలిత్యం... సుకుమారం... పువ్వు... నవ్వు!

అలా ట్యూన్ అయిన మా మెదళ్లను దేనితో కడగాలి!

ఈ చెవుల్ని, ఈ కళ్లని, ఈ రక్తనాళాలని దేనితో శుభ్రం చేయాలి!

తరతరాలుగా మాలో ఇంకిపోయిన ఈ భావజాలపు శకలాల్ని తొలగించడానికి ఎన్ని ప్రొక్లెయినర్స్ పనిచేయాలి!

అరే–

స్త్రీ అనగానే అమ్మ ఎందుకు గుర్తుకు రాలేదు?

నానమ్మ ఎందుకు మనసులో మెదల్లేదు?

పొలంలో నాట్లు వేసే సరస్వతి ఎందుకు స్త్రీ కాదు!

తాగుబోతు భర్తతో సతమతమయ్యే పార్వతిని స్త్రీ అని ఎందుకు అనుకోలేదు!
నాలుగిళ్లల్లో పనిచేసి తన ఇంటిని దిద్దుకునే లక్ష్మిని స్త్రీగా ఎందుకు గుర్తించలేదు!
స్త్రీ అనగానే బాధ్యత... బరువు... కష్టం... దుఃఖం... కూడా!
దీన్ని అంగీకరించడానికి ఎన్ని వందలసార్లు మనం స్త్రీలుగా జన్మెత్తాలి!!

2010 మహిళా దినోత్సవం సందర్భంగా ఫన్‌డేకు రాసిన నా కన్ఫెషన్.

మామూలుగా ఉండగలగడం ఒక కంఫర్ట్. దాన్ని భంగపరిచే ప్రతిదీ నాకు ఇబ్బందిగా ఉంటుంది.

నా ఊహల్లోని మనుషులు

చాలాసార్లు నా ఊహల్లో ఒక కథ జరుగుతూ ఉంటుంది. అందులో నేను ఎంత లీనమైపోతానంటే, అది నన్ను తీవ్రమైన ఉద్వేగానికి గురి చేస్తుంది. ఇది సాధారణంగా నేను ఒంటరిగా ఉన్నప్పుడో, ఏ బస్సులోనో ప్రయాణిస్తున్నప్పుడో జరుగుతుంది. ఒక్కో సారి ఈ కథ చొరబడితే, నేను పాల్గొనాల్సిన గుంపును అవాయిడ్ చేసి, దీన్ని అనుభవిస్తూ ఉంటాను. అంటే నేను మీతో ఇటు మాట్లాడుతూ ఉండొచ్చు. కానీ మనసులో పాత్రలు వాటి పని అవి చేస్తూ ఉంటాయి, అవి సృష్టించాల్సిన భావోద్వేగాన్ని నాకు కలిగిస్తూ ఉంటాయి.

ఇదెలా ఉంటుందంటే-

ఆమెకూ నాకూ పెళ్లవుతుంది. ఎందుకో ఆమె 'మౌనరాగం' రేవతిలాగా నన్ను నిరాకరిస్తుంది, దగ్గరకు రానీయదు, నేనంటే ఆమెకు చాలా తక్కువ అభిప్రాయం ఉంటుంది.

అయినా, నేను చాలా గంభీరంగా వ్యవహరిస్తాను. నా బాధను లోపలే దాచి పెడతాను. కొంతకాలానికి ఆమె నా నుంచి విడిపడి ఉమెన్స్ హాస్టల్లో ఉండటానికి వెళ్లిపోతుంది. మేము ఫోన్ నంబర్స్ ఇచ్చుకోం. ఒకవేళ ఉన్నా ఫోన్లు చేసుకోం. వాళ్లకు సంబంధించిన ఎవరో వచ్చి, నా రూమ్‌లోంచి ఆమెకు చెందిన సామాన్లు అన్నీ వ్యాన్లో వేసు కెళ్తాడు. ఈ వచ్చే వ్యక్తి ఆమెకు వరుసకు అన్నయ్యో, నిజమైన అన్నయ్యో అయి వుంటాడు.

తర్వాతెప్పుడో ఆమె లెక్చరర్‌గా చేరిందని నాకు తెలుస్తుంది. నేను హైద్రాబాద్ నుంచి కంపెనీ మారి ముంబయో ఇంకా ఏదో దూరప్రాంతమో వెళ్లిపోయినట్టు ఆమెకు తెలుస్తుంది.

రోజులు, నెలలు, ఏళ్లు గడిచిపోతుంటాయి. మేము అప్పటికీ కలవం. ఎప్పుడో ఓసారి ఇద్దరమూ ఏ బస్టాండులోనో ఉన్నప్పుడు దూరంగా మా కళ్లు కలుసుకుంటాయి. అది చాలాసార్లు జూబ్లీ బస్టాండ్ అయి వుంటుంది. నాకు కడుపులోంచి ఏడుపు ఎగదన్ను కొస్తుంది. నన్ను నేను నియంత్రించుకోవడానికి శతవిధాలా ప్రయత్నిస్తాను (అప్పుడు నిజంగానే నాకు కన్నీళ్లు కారుతుంటాయి). ఆమె కూడా ఏడ్చినట్టుగా అనిపిస్తుంది. కానీ దగ్గరకు వెళ్లం. పలకరించుకోం. కానీ ఆ సుదీర్ఘ చూపులు నన్ను వెంటాడుతాయి.

కాలం గడుస్తుంది. మళ్లీ ఎప్పుడో ఏ కాలానికో అనుకోకుండా ఉమ్మడి బంధువుల పెళ్లిలో కలుస్తాం. అప్పుడూ మాట్లాడాలనే ఉంటుంది. కానీ మాట్లాడుకోం. ఏదో ఘర్షణ జరుగుతూ ఉంటుంది. భారమైన చూపులు మా మధ్య దొర్లిపోతాయి. అయినా మేము కలుసుకోం. అప్పటికి ఏడేళ్లు గడిచిపోయి ఉంటాయి. ఇప్పటికైనా మీరు విడాకులు తీసుకుంటే బాగుంటుందని ఎవరో నాకు చెబుతారు. ఇంకో పెళ్లి నిరభ్యంతరంగా ఆమె చేసుకోవచ్చు, అని నేను కబురు పంపిస్తాను. తనక్కూడా విడాకులు తీసుకోవడం ఇష్టం లేనట్టు, మధ్యలో ఉన్న వాళ్ల సోదరుడి వరసతనే నాకు ఈ కబురు పంపించినట్టు తెలుస్తుంది. మేము భార్యాభర్తల్లాగే ఉంటాంగానీ ఎప్పటికీ కలవం.

ఒక్కోసారి ఈ కేసు కోర్టు వరకు కూడా వస్తుంది. మేము చట్టబద్ధంగా విడిపోతాం కూడా. అయినా ఎవరమూ రెండో పెళ్లి చేసుకోం. ఎదుటివాళ్లను మరిచిపోం.

నేను నలభై చివర్లోకి వచ్చి వుంటాను. జుట్టు ఊడిపోతుంది. ఆమె ముఖంలో కూడా చాలా మార్పులు వచ్చి వుంటాయి. నేను ఆ దూరప్రాంతం నుంచి తిరిగొచ్చి, కొంత భూమి కొనుక్కుని, ఒక పల్లెటూళ్లో వ్యవసాయం చేస్తూ వుంటాను. ఆమెకు ఈ విషయం తెలుస్తుంది. ఎప్పుడో అనుకోకుండానో, ప్రణాళికతోనో ఆమె అక్కడికి వస్తుంది. మేము మళ్లీ అలాగే ఉంటాం. ఒక వేదన, ఒక బాధ... ఒక మనిషి పడగలిగే అత్యున్నత దుఃఖం మా మధ్య అప్పుడుంటుంది. ఒక మహోత్కృష్టమైన గాఢకౌగిలికి మా మధ్య చోటుంటుంది. ఒక్కోసారి మేము కౌగిలించుకుంటాం. ఒక్కోసారి కౌగిలించుకోం. మా శరీరాల్లోని ప్రతి అణువూ ఎదుటివ్యక్తికోసం తహతహలాడుతుంటుంది. కానీ ఎందుకో అసెక్సువల్‌గానే ఉంటాం.

ఇదింకా రకరకాలుగా జరగడానికి అవకాశం ఉంటుంది. అయితే, 'ఆమెలు' మారొచ్చు, సంఘటనలు మారొచ్చు. కానీ థీమ్ అదే. నిరాకరణ తాలూకు వేదన నన్ను కలచివేయడం, నన్ను నేను బాధకు గురిచేసుకోవడం.

ఆమెలు మారినట్టే, ప్రతిసారీ నేను కూడా విభిన్నమైన కుటుంబ నేపథ్యాల్లోంచి వచ్చి ఉంటాను. పేద, అనాథ, అనాకారి, తండ్రికి రెండో సంబంధం ఉంటే పుట్టినవాణ్ని.

ఈ నాలుగో దాంట్లో డీటెయిల్స్ ఎక్కువగా ఉంటాయి. పైగా ఇంకా దుఃఖభరితంగా ఉంటుంది.

మా అమ్మ ఈ 'నైతికం' కాని సంబంధం వల్ల తీవ్రమైన బాధలు పడుతుంది. నాకు ఆరేడేళ్లప్పటికే ఏదో జబ్బుతో చనిపోతుంది. తర్వాత నన్ను కొన్నాళ్లు మా అమ్మమ్మ సాకుతుంది. ఆమెకు నాన్న సాయం చేస్తుంటాడు. అడపాదడపా నన్ను చూడ్డానికి వస్తుంటాడు. ఉన్నట్టుండి అమ్మమ్మ కూడా కాలం చేస్తుంది. అప్పుడు నేను ఐదో, ఆరో తరగతి వయసులో ఉంటాను. విధిలేక నాన్న నన్ను వాళ్లింటికి తీసుకెళ్తాడు. వాళ్లది వేరే ఊరు. వాళ్లావిడ (ఆమెను నేను ఎప్పటికీ అమ్మ అనను)కు నేనంటే అస్సలు ఇష్టం లేదు. కానీ భర్తకోసం నేను ఉండటానికి ఒప్పుకుంటుంది. ఈమె నన్ను ఈసడించుకునే మార్గాల్లో ఒకటి, వాళ్ల పిల్లలందరి ఎంగిలి ప్లేట్లు కడుగుతుందిగానీ నాది నన్నే కడుక్కోమంటుంది.

వాళ్లకు నేను కాకుండా ఇద్దరు అబ్బాయిలు, ఒక అమ్మాయి. పెద్దవాడు నాకంటే పెద్దాడు. రెండోవాడూ నేనూ ఒకే ఈడువాళ్లం. సహజంగానే, చిన్నది నాకంటే చిన్నది. ఇందులో చెల్లెలు పాత్ర కొంత ప్రేమ చూపిస్తుంది. మధ్యవాడు తటస్థంగా ఉంటాడు. కానీ వాడికంటే నాకు ఎక్కువ మార్కులు వస్తుంటాయి. ఇది కూడా ఆమె నన్ను ద్వేషించడానికి ఒక కారణం. ఈ చిన్నాళ్లిద్దరికీ ఇంకా నన్ను ద్వేషించేంత పెద్దతనం వచ్చివుండదు. పెద్దోడు మాత్రం నన్ను అస్సలు సహించడు.

టెన్త్ దాకా ఎలాగోలా ఉండి, ఇక భరించలేక ఆ ఇంట్లోంచి తప్పించుకుని బయటికి వెళ్తాను (ఇంట్లోంచి పారిపోవడం అనేది నా చిన్నప్పటి కల). చాలాసార్లు నేను మెకానిక్ షెడ్డులో పనిచేస్తాను. లేకపోతే హోటల్లో సప్లయర్‌గా చేరతాను. నాకు రాయడం వచ్చని తెలిసి నన్ను యజమాని కౌంటర్ మీద కూర్చోబెడతాడు. నేనక్కడ నమ్మకంగా పనిచేస్తాను. నేను చదువుకోవడానికి ఆయన సాయం చేస్తాడు. నేను చేసే పని మారిపోవచ్చు కూడా. కాకపోతే ఈ ప్రయాణంలో కొందరు మంచివాళ్లు నాకు పరిచయం అవుతారు, వాళ్లు నన్ను ఆదుకుంటారనేది ముఖ్యం.

చిట్టచివరకు, అంటే నాకు పెళ్లీడు కొచ్చేసరికి నేను ఒక ప్రైవేట్ కంపెనీలో పనిచేస్తూ ఉంటాను. చాలావరకు ఇది నేను గతంలో పనిచేసిన పటాన్‌చెరులోని 'టీమ్ ఏసియా' అయివుంటుంది. నన్ను ఎలాగోలా వెతుక్కుంటూ మా నాన్నవాళ్లు నాకోసం వస్తారు. అదొక విషాదఘట్టం. గంభీరమైన మౌనం. తర్వాత ఎలాగోలా నన్ను పెళ్లికి ఒప్పిస్తారు. నిన్ను ఒక ఇంటివాణ్ని చేస్తే, నా తప్పుకు ప్రాయశ్చిత్తం జరుగుతుందని నాన్న అంటాడు. నేను మౌనంగానే అంగీకరిస్తాను.

చాలాసార్లు నేను ఏం చేస్తానంటే, ఇక్కడి నాకూ, అక్కడ నన్ను దూరం చేసిన అమ్మాయికీ లింకు కలుపుకుంటాను. ఆమె నన్ను ఎందుకు దగ్గరకు రానీయదంటే, నేనొక అక్రమ సంతానం కాబట్టి అన్న కారణం చూపించుకుంటాను. ఆమె పేదపిల్ల కావడం వల్ల నన్ను ఆమెకు బలవంతంగా ముడిపెట్టి ఉంటారు. దానివల్ల ఆమెకు నేనంటే కోపమని లింకు పూరిస్తాను.

ఇక మావాళ్లు నన్ను వెతికి తీసుకెళ్లడంలో రెండు మూడు రకాలుగా జరుగుతుంది. అక్కడికి వెళ్లాక, మా కుటుంబం వాళ్లు నన్ను ఆదరించే వెర్షన్ ఒకటుంటుంది. అంటే, మా నాన్న భార్య నన్ను కొడుగ్గా స్వీకరిస్తుంది. నేను కూడా 'అమ్మా' అని ఆమెను పిలుస్తాను. అన్నీ మరిచిపోయి, నాకు ఇవ్వాల్సిన గౌరవం వాళ్లిస్తారు. ఒక్కోసారి వాళ్లు నా మీద యథావిధిగానే ఏమాత్రం కరుణ చూపరు. ఏదోలా పెళ్లి వరకు ఓపిక పడతారు. నేను తిరిగి మా నాన్నకు తెలియకుండా బయటికి వచ్చేస్తాను.

ఇంకా దీనికి కొనసాగింపు ఎలా ఉంటుందంటే, ఆయన తీవ్రమైన అనారోగ్యానికి గురైనట్టూ, నన్ను చివరి క్షణాల్లో చూడాలని తపిస్తున్నట్టూ, మా 'పెద్దవాడు' నన్ను వెతుక్కుంటూ మళ్లీ వచ్చినట్టూ, నేను అక్కడికి వెళ్లినట్టూ, నాకు ఆయన తన ఆస్తిలో వాటా ఇచ్చినట్టూ, కొన్ని రోజులు నేను ఆయనకు సపర్యలు చేసి వచ్చినట్టూ, చివరకు ఓరోజు ఆయన పోయినట్టూ, తదనంతర కర్మలు జరిపించినట్టూ, తలకొరివి నేనే పెట్టినట్టూ, సంస్కారం నేనే చేయాలని నాన్న ముందే చెప్పి వుంచినట్టూ, నా వంతుకు వచ్చిన ఆస్తిని ఆయన పేరుమీదే ఏదైనా గ్రంథాలయం లాంటిది కట్టించమని నేను వెనక్కి ఇచ్చేసినట్టూ... జరుగుతుంది.

ఈ కర్మ జరిగినప్పుడే నేనూ, మా ఆవిడా మళ్లీ కలుసుకునే సందర్భాన్ని ఒకటి సృష్టిస్తాను. అంటే, ఆ మరణం మమ్మల్ని కొంత మానసికంగా దగ్గర చేస్తుంది. ఆమె నా 'పుట్టుకను' సహృదయతతో అర్థం చేసుకుంటుంది. అంతమాత్రాన మేము మళ్లీ కలిసి ఒకే దగ్గర ఉండి జీవితాన్ని పునఃప్రారంభిస్తామా? ఒక్కోసారి చేయొచ్చు, లేదంటే ఎవరిదారినే వాళ్లం వెళ్లిపోవచ్చు.

ఇంకా, ఇలాంటిదే మరో ఊహ వస్తూంటుంది.

అందులో నాకు ఇద్దరు తమ్ములు, ఒక చెల్లె ఉంటారు. వారిని నేను కష్టపడి చదివిస్తాను. మా అమ్మానాన్న చిన్నప్పుడే పోయి వుంటారు. కానీ ఇద్దరు తమ్ములూ ఒక స్థాయికొచ్చాక, ఏదో ఒక మాట పట్టింపులో నాకు దూరమైపోతారు. చెల్లెలితో కొన్నాళ్లు సంబంధం కొనసాగుతుందిగానీ, ఎక్కువకాలం ఉండదు. ఆశ్చర్యంగా వాళ్లందరూ నాకంటే స్థితిమంతులై ఉంటారు. వాళ్లతో నాకు తెగతెంపులు జరిగేనాటికి,

నాకు పెళ్లయి వుంటుంది. ఒక పాప పుడుతుంది. భార్య త్వరగానే చనిపోతుంది. నా కూతురే నన్ను చూసుకుంటుంది. తన పెళ్లికి నేను ఎవరినీ ఆహ్వానించి ఉండను. నాకు మనవడో, మనవరాలో పుడుతారు. తమ్ముళ్లతో తారసపడే సందర్భాలు కొన్ని వస్తాయిగానీ ఎప్పటికీ కలవను. లోకంలోని శోకమంతా నేనే అనుభవిస్తూ ఉంటాను.

*

మగ్గు ఎత్తి చన్నీటిని నెమ్మదిగా పోసుకున్నప్పుడు, ఆ ధార తాకి అవయవాలన్నీ కంపించినట్టుగా, ఈ ఆలోచనాధార నన్ను అతలాకుతలం చేస్తుంది. నా వాస్తవ జీవితం లోని ఏవో ఖాళీగుంటల్ని ఈ ప్రవాహం పూరించడానికి ప్రయత్నిస్తోందా?

ఇలాంటి మనుషులను వాస్తవంలో నేనెప్పుడూ కలుసుకోలేను. నిజంగానే వాళ్లు ఎక్కడైనా ఉంటారా?

జీవితమే కల అయితే గనక, కలలోని మనుషులు జీవితమంత నిజమౌతారా?

ఏదేమైనా, ఇలాంటి మనుషులు నాకు మాత్రమే ప్రత్యేకమైనవాళ్లు. వీళ్లు ఎలా ఉంటారో నాకు తెలియదు. అంటే వారి ముఖాలు స్పష్టంగా బొమ్మ గీయగలిగేట్టు ఉండరు. కానీ వారి ఆహార్యం, వారు ధరించే దుస్తులు, వారి ఎత్తు, బరువు అన్నీ నాకు తెలుసు. ఇంకా ముఖ్యంగా వాళ్లు ఎలా ప్రవర్తిస్తారో తెలుసు. నాకేమనిపిస్తోందంటే, వాస్తవ జీవితంలో నాకు ఎటువంటి ఉద్వేగాలనూ పంచలేని అ–నిజ మనుషులకంటే, రక్తమాంసాలతో కూడిన ఈ ఊహా మనుషులు ఎన్నోరెట్లు వాస్తవం.

మనకు కావాల్సిన వాళ్ల దగ్గర్నుంచి,
మనకు కావాల్సింది దొరక్కపోవచ్చు.

నా మరో ఆదివారం

అదేంటో, ఆదివారంనాడు మంచం నన్ను ఓ పట్టాన వదలదు. దాని ముచ్చట ఎందుకు కాదనాలీ అని, ఇంకో అరగంటసేపు ఎక్కువ ముచ్చట్లు పెడతాను.

ప్రదీప్‌ను కలవాలి, రాజ్‌నీతి చూడాలి, ద క్యాచర్ ఇన్ ద రై పూర్తిచేయాలి, ఈవ్‌నింగ్ ప్రవీణ్‌తో కూర్చోవాలి... ఇట్లాంటి వంద ప్రోగ్రామ్స్ గురించి దాంతో డిస్కస్ చేస్తుంటాను. ఇంతలో ఫోన్ మోగుతుంటుంది. 'ఫన్‌డే' ఎలా ఉందో చెప్పబోయే మొదటి విమర్శకుడే అయ్యుండాలి!

'ఆఁ నమస్తేనే... ఓకే ఓకే... సరే సరే... థాంక్యూ థాంక్యూ...'

కొత్తగా వచ్చిన ఫీడ్‌బ్యాక్ ఎనర్జీతో ఆదివారాన్ని ప్రేమిస్తూ మంచం దిగుతాను.

ముఖాలు, టీలు, పేపర్లు, స్నానాలు, టిఫినీలు, మళ్లీ టీలు, మార్కెట్లో కూరగాయలు, ఆవులింతలు, గోళ్ల కత్తిరింపులు, ఇంకోసారి టీలు, మధ్యమధ్యలో ఫోన్‌కాల్స్, ఈలోగా మధ్యాహ్న భోజనాలు...

'ఈ రోజైనా నా చెవుల రింగులు కొనిస్తావా?' అని అడుగుతుంది తను.

బహుశా, ఇలా అడగటం ముప్ఫై నాలుగో వారం అయ్యుంటుంది. 'తప్పకుండా' అంటాను, కొత్తగా నేర్చుకున్న లౌక్యంతో. వద్దు అంటే పోట్లాడొచ్చు, చూద్దాం అంటే వాదించొచ్చు. సరే అన్నాక మాట్లాడటానికి ఏముంటుంది?

సాయంత్రానికి కదా వెళ్లేది!

వారం రోజుల కిందట తెగిపోయిన చెప్పు ఉంగుటాన్నే కుట్టించుకోకుండా మ్యానేజ్ చేస్తున్నవాణ్ని, తనకు ఆ సమయానికి ఏదోలా చెప్పి మ్యానేజ్ చేయలేనా! లేకపోతే ఈ లౌకిక కర్మలేమిటి నాకు? ఖర్మ!

ప్రేమగా తిట్టుకుంటూ ‘లివింగ్ రూమ్’ కెళ్తాను. (ఇది లివింగ్ రూమ్ అంట. అంటే, మిగతావన్నీ డైయింగ్ రూములా? అదీ నిజమేనేమో! ఎక్కడ బతికి చస్తున్నాం మనం?) రెండేళ్ల నుంచి మమ్మల్ని లాక్కొచ్చి అల్మారాలో పడేశావుగానీ ఒక్కసారైనా మా ముఖం చూశావా? అని ఏ బెంజమిన్ ఫ్రాంక్లినో, హెర్మన్ హెస్సేనో పిలుస్తూ ఉంటారు. నేను పలకను.

చదవకుండా ఉండటంలోని సౌఖ్యాన్ని, ఏమీ చదవలేకపోతున్నాననే దిగులు డామినేట్ చేస్తుంది. దాంతో తప్పనిసరై ‘శాలింజర్’ను బయటికి తీస్తాను.

నోటి దుర్వాసనను చెక్ చేసుకోవడానికి పెదవులను పైకి వొంచి, గాలిని ముక్కు పుటాలకు తాకేలా వదులుతాడు హోల్డెన్... ఓరి బ్రాప్రే... నేను లక్షసార్లు చేశానిలా. కాని ఇంత చిన్న విషయం కూడా రాయొచ్చని నాకు తోచనేలేదు, అని నేను ఆశ్చర్య పోతుండగా, దేనికి నేను ఆశ్చర్యపోతున్నానో చూద్దామని నా చిన్నారి కొడుకు కొత్తగా నేర్చుకుంటున్న నడకతో పరుగెత్తుకుంటూ వస్తాడు.

వాడసలే ‘చించ’ర పిడుగు. నేను కావాలా? పుస్తకమా? అని తనదైన ‘దైవభాష’లో అడుగుతాడు. ఇంక ఏం చేస్తాం? శాలింజర్‌ను వాడికి దొరక్కుండా పారిపొమ్మంటాను. ఖతం! చదువు, సినిమా, వినోదం, షికారు, మాటా మంతీ... అన్నీ నా చుట్టూనే నిర్మించుకొమ్మని వాడు డిమాండ్ చేస్తాడు. దానికి ‘మహిళా సంఘం’ వంత పాడుతుంది.

వాడు నిద్రపోయినప్పుడు బాగుంటుంది. ఆఫీసుకు వస్తుంటే, నేనూ వస్తానని నాకోసం ఏడ్చినప్పుడు బాగుంటుందిగానీ అనుక్షణం, నిరంతరం ఎంటర్‌టైన్ చెయ్యా లంటే ఎలా కుదురుతుంది?

నేను కాదంటాను. నువ్వు చేసే రాచకార్యమేమిటి? అని హోమ్ పాయింట్ ఎదురవుతుంది. నేను చెప్పబోయేవేవీ వాదనకు నిలబడవని నాకు తెలుసు. అందులో కొన్నింటిని చెప్పుకోలేమనీ తెలుసు. అందుకని అసహనాన్ని ఆశ్రయిస్తాను. వాళ్లు నిరసనను ఆయుధంగా చేసుకుంటారు. ఆ నిరసనను నిరసిస్తూ నేను మౌనం పాటిస్తాను. ఆ మౌనాన్ని ఛేదించడానికి మాటల ఈటెలు విసరబడతాయి. వంద విసుగులు, వెయ్యి నిట్టూర్పులు శవాలుగా నేలకూలతాయి. చేస్తున్నది ధర్మయుద్ధం కాబట్టి, చీకటి పడగానే దాన్ని అలా అక్కడికి ఆపేస్తాం.

నేను కోరుకునే సమాంతర జీవితాన్ని సంసార జీవితం నిరాకరిస్తూ ఉంటుంది. అందులో దహనం కాలేక, అందులోంచి బయటా పడలేక... మనసు డైరీలోని కాగితమై మూల్గుతుంది. అంటకుండా జారుకుందామనే నీటిబొట్టును తామరాకు మాత్రం సహిస్తుందా!

అనివార్యమైన బంధంలో చిక్కుకుని, అసలు ఇందులో చిక్కుకోవడానికి కారణమైన ఇంకో కారణాన్ని తిట్టుకుని, ఈ తిట్టుకునే పరిస్థితులు తెచ్చిపెట్టినవారిని కోప్పడుకుని, నా వాళ్లనే కోప్పడే స్థితికి వెళ్తున్న నా పరిస్థితికి మళ్లీ నాకు నేను జాలిపడి, ఏం చెయ్యాలనుకున్నానో అవేవీ చేయకుండా, ఏం చెయ్యకూడదనుకున్నానో అవి విధిగా చేస్తూ, నన్ను నేనే ద్వేషించుకుంటూ, నన్ను నేనే ప్రేమించుకుంటూ, నా ఉనికిని లోకానికి వెల్లడించుకోవాలన్న దుగ్ధను జయించలేక తిరిగి సోమవారం కోసం ఆశగా ఎదురు చూస్తూ ఉంటాను.

◗ 'ఫ్యామిలీ'లో 'జిందగీ' శీర్షిక కోసం 2010 జూలైలో చేసిన శుభారంభం.

---

*పిల్లలు తడబడుతూ అడుగులేసినా కూడా బాగుంటుంది.
కాని తడబడటమే నడక కాదు.*

అల్లరి వీళ్ల కవల పిల్ల

ఈ ఒక్కరోజుకి పిల్లల దగ్గర మనం కేవలం మనమే.

మనం బాబాయ్ కావొచ్చు, మామయ్య కావొచ్చు, అత్త కావొచ్చు, అమ్మమ్మ కావొచ్చు... అంతే తప్ప, మనం ఐఏఎస్ అధికారిమి కాదు. మనం పోలీస్‌శాఖలో పనిచెయ్యట్లేదు, మనం ఫలానా దాన్లో గొప్పవాళ్లం కాదు. 'నేను ముఖ్యమంత్రిని' అన్నామనుకోండి. 'అయితే ఏంటి?' అంటారు వాళ్లు. వాళ్లతో పెద్ద చిక్కు.

అందుకే మన దుస్తుల్ని వదిలేసి వాళ్లతో కలిసిపోవాలి. మన ఒంటికి మట్టి అంటుకున్నా ఫర్లేదనాలి. బస్సులో పోయేవాళ్లను చూసి టాటా చెప్పాలి. కాగితప్పడవ చేసి చెరువు కోసం వెతకాలి. ఒక్కసారైనా మారాం చేసి అమ్మను ఏడిపించాలి. 'నాన్నా మరే...' అని పక్కింటి సంతోష్ వాళ్ల కుక్కపిల్ల, ఎదురింట్లో చేసిన సందడి గురించి చెప్పాలి. తమ్ముడిని వంగోబెట్టి నాలుగు గుద్దాలి. ఎందుకు కొట్టావంటే... ఏం చెబుతాం? ప్రతి చర్యకూ ఒక కారణాన్ని వెతగ్గలిగీ, ఒక అర్థం చెప్పగలిగితే... మనం పిల్లలం ఎలా అవుతాం? అది పెద్దవాళ్ల పని. ఆనందించడమే మనం చేయగలిగింది.

చేతులు ఊపుతూ, కాళ్లు కదిలిస్తూ, తిరిగే పంఖావైపు తల తిప్పుతూ, కిచకిచ మన్న పిట్టవైపు చూసి కిలకిలా నవ్వుతూ, శ్రీనుగాడి భుజం మీద చెయ్యివేసి నడుస్తూ, చాక్లెట్ రేఫర్ విప్పుతూ, పైకి వస్తున్న సూర్యుణ్ని పలకరిస్తూ, డబ్బాలో అమ్మ దాచిన రవ్వలడ్డూను ఎవరూ చూడకుండా ఒక్కసారిగా నోట్లో పెట్టుకుంటూ, అక్క పెన్సిల్‌ను అల్మరాలో దాచేస్తూ, డిన్నూగాడిని రెండోసారి డకౌట్ చేస్తూ... మనం ఆనందిస్తాం. ఆనందం మన రూపం. ఫలానా విధంగా ఉంటేనే, మనం ఆనందంగా ఉంటామని

మనం గీతలు గీసుకోం. ప్రతి దాంట్లో ఆనందాన్ని అందుకోవడంలో మనం ముందుంటాం. కాని, జీవితం పెద్దల పక్షపాతి.

మనకు పసితనం పోకముందే పెద్దవాళ్లను చేస్తుంది. పెద్దరికాన్ని నిలుపుకునేలోపే సమాజం పెళ్లి చేస్తుంది. పెళ్లయిన జీవితానికి అలవాటు పడేలోపే ప్రకృతి తల్లిదండ్రుల పాత్రల్లోకి మార్చేస్తుంది. బతకడం ఎలాగో మనమే నేర్చుకుంటున్నప్పుడు, పిల్లలకు జీవితమంటే ఏమిటో ఏం చెప్పగలం? మనమే జీవితానికి బానిసలుగా ఉంటే, స్వేచ్ఛ గురించి ఏం మాట్లాడగలం?

అందుకే పిల్లల్ని పిల్లల్లా ఉండనివ్వం. పిల్లల కష్టాలు పిల్లలకు ఎటూ ఉన్నాయి. హోంవర్కులు చేయాలి, గజిబిజి రోడ్లలో నడవాలి, కంట్లో పడే దుమ్మును, ఒంటి మీద పడే దెబ్బలను భరించాలి. మళ్లీ ఈ పెద్దవాళ్లు తెచ్చిపెట్టే కష్టాలను కూడా వాళ్లు అనుభవించాలా?

యుద్ధాలకు కారణం వాళ్లు కాదు. కరవుకు వాళ్లు కారణం కాదు. అవినీతికీ, ఆర్థికమాంద్యానికీ వాళ్లకు సంబంధం లేదు. కులం, మతం, పేదరికం అనే శబ్దాలు విన్నప్పుడు వాళ్లెప్పుడూ చప్పట్లు కొట్టలేదు. గ్లోబల్ వార్మింగ్‌కు వాళ్లే కారణమని ఎక్కడా రుజువు కాలేదు. ఆకలి చావులు, శరణార్థి శిబిరాలు, బాంబు దాడులు... ఇవ్వేవీ వాళ్లు ఉపయోగించే పదబంధాలు కావు. అయినా వీటన్నింటినీ వాళ్లు ఎదుర్కోవాలి. ఇన్ని సమస్యలు వాళ్ల ముందు ఉంచి, వాళ్లకు మేమేం తక్కువ చేశామంటాం. వాళ్లు స్వేచ్ఛగా విహరించాలంటాం. వాళ్లు సదా సంతోషంగా ఉండాలంటాం. ఎలా?

పిల్లలే గనక ఈ ప్రశ్న అడిగితే, పెద్దల దగ్గర సమాధానం ఏమైనా ఉంటుందా?

▸ 2009 'బాలల దినోత్సవం' సందర్భంగా 'ఫన్‌డే' కోసం రాసింది.

నాకు నేనే గృహాన్ని. నాకు నేనే ప్రవేశద్వారాన్ని.

జీవిత రైలు కొత్త ప్లాట్‌ఫామ్ మీదకు రాబోతున్నది!

అర్జెంటుగా ఇప్పుడు ఒక నిర్ణయం తీసుకోవాలి. ఇదీ అని ఏమీలేదు. అది ఒక 'నిర్ణయం' అయితే చాలు.

గడియారం ముల్లు అర్ధరాత్రి చెప్పాపెట్టకుండా పన్నెండు అంకెను ముద్దాడి, హడావుడిగా పక్కకు తొలగినప్పట్నుంచీ...

'నేను ఎన్వీ ముట్టను'– రమేష్

'నేను మందు కొట్టను'– సురేష్

'నేను సిగరెట్ కాల్చను'– హరీష్

'నేను గుట్కా నమలను'– నరేష్

'నేను కార్డ్స్ ఆడటం మానేస్తా'– మనీష్

'నేను సినిమాలు చూడటం తగ్గిస్తా'– గిరీష్

ఇంకా ప్రకాష్, ప్రభాస్, ఆకాష్, వికాస్...

'ఇక నుంచీ వేపుళ్లు తినను'– అమల

'ఇక నుంచీ సీరియళ్లు చూడను'– కమల

'ఇక నుంచీ ఐదింటికే నిద్రలేస్తా'– విమల

'ఇక నుంచీ రోజూ వాకింగ్ చేస్తా'– కోమల

'ఇక నుంచీ అప్పులు చేయను'– శ్యామల

'ఇక నుంచీ ఎవరితో గొడవ పడను'– ప్రమీల

ఇంకా రమోలా, వినీల, విశాల, సుశీల...

ఎన్ని పదుల వందల వేల నిర్ణయాలు! ఒక్కసారిగా పాత పొరల్ని కుబుసంలా విడిచేసి, ఫ్రెష్షుగా, నిష్కల్మషంగా, యోగిగా నిలబడాలి! రాత్రికి రాత్రి అడవిలోని పువ్వులా, పిల్లవాడి నవ్వులా విచ్చుకోవాలి! ఆ 'లోపం' ఒక్కటీ లేకపోతే, ఇక మనం 'మిస్టర్ పర్ఫెక్ట్'. ఈ ఒక్క లోపం లేనివాళ్లకు ఇంకో లోపం గురించిన చింత. అదీ లేని వాళ్లను మరోటి ముళ్లులా గుచ్చుతుంటుంది. మన 'తల'ను తొలగించి, ఇంకెవ్వరిదో బిగించుకుంటే బాగుండనిపిస్తుంది.

మనకి మనమే ఎందుకు ఇంతగా నచ్చకుండా అయిపోయాం? మన అలవాట్లను ఎందుకు ఇంత తీవ్రంగా నిరసిస్తున్నాం? ఒకటి బలంగా వాంఛిస్తున్నామంటే (లేదా నిరాకరిస్తున్నామంటే) దానికి పూర్తి విరుద్ధమైనది ఇంకేదో కూడా మనం కోరుకుంటున్నాం... నాకు అందం మీద పట్టింపు లేదన్న ప్రతిసారీ అందం అనేది అనివార్యంగా గుర్తొచ్చినట్టు, ఆయిలీ పూరీ 'కచ్చితంగా' వద్దనుకుని ఇడ్లీ తెప్పించుకుంటే, ఇడ్లీని భౌతికంగా, పూరీని మానసికంగా తినేసినట్టు.

పూరీని తినకుండా ఉండగలగటం మనకు గొప్ప. మసాలాలను వదిలేయ గలగడం మనకు గొప్ప. రోజూ ఐదింటికే లేస్తే మనం హాయిగా ఉంటాం. ఈ ఉద్యోగాన్ని మానేస్తే మనం హాయిగా ఉంటాం. ఇవన్నీ వదిలేసి, ఎక్కడికో వెళ్లిపోతే మనం హాయిగా ఉంటాం. అంతా హాయి...ఇకనుంచీ అంతా ప్రశాంతత...

మరీ క్రమశిక్షణగా, ఎప్పుడూ నవ్వుతూ, హాయిగా, ప్రశాంతంగా బతికే వీలు ఏర్పడితే?

అలా బతికిన రోజున అదే బోర్.

కాళిదాసు అన్నాడని తిరుమల రామచంద్ర చెప్పినట్టు, రోజూ మధుర ఫలాలను తింటూ ఉంటే, పులుపు కావాలని మారాం చేస్తుందట నాలుక. 'ఇది వద్దు' అని బలంగా అనుకుంటే, ఇంద్రియాలు అంతకంటే బలంగా ఎదురు తిరుగుతూ ఉంటాయి. అందుకే, మనం ఉన్న స్థితే కరెక్టు అని తెలియాలంటే, దీనికంటే భిన్నస్థితిలోకి ఒక్కసారి వెళ్లి రావాలి. అప్పుడు మనలోని కల్లోలం దానికదే తగ్గిపోతుంది.

అందుకే అనుకుందాం. వుయ్ ఆర్ రైట్. మనం సరిగ్గానే ఉన్నాం.

'అన్నా కరేనినా'లో 'లేవిన్'లాంటి వాళ్లం మనం. ఈ 'కొత్త' ఫీలింగ్ మనల్ని ఏమీ మార్చదు. మనకు కొత్త సంతోషాన్నివ్వదు. ఉన్నపళంగా మన ముఖాల్ని కాంతిమంతం చేయదు. మనం ఇలాగే ఉంటాం.

ఆటోవాలాతో రూపాయికోసం తగువులాడుతాం. ఆత్మీయుడితో వాదనకు దిగుతాం. అసందర్భంగా మాట్లాడుతాం. భాగస్వామిని నిందిస్తాం. చినుకును చూసి

మురిసి పోతాం. వరదను చూసి బెంబేలెత్తుతాం. ఫామ్ ఫిల్ చేయాలంటే వణుకు పుడుతుంది. క్యూలో నిలబడాలంటే చిరాకు కలుగుతుంది. మన కలలూ, భయాలూ అలాగే ఉంటాయి. మోహాలూ, రాగద్వేషాలూ కొనసాగుతూనే ఉంటాయి. మన ఇష్టాలూ, చికాకులూ మార్పు చెందవు. మన మిత్రులూ, ప్రియమైన శత్రువుల జాబితా మారదు. బతుకు పోరాటమూ అస్తిత్వపు ఆరాటమూ అలాగే ఉంటాయి. కర్తవ్యాన్ని మరిచిపోతూ, మరిచిపోయినదాన్ని గుర్తుచేసుకుంటూ, చేయకూడనిదే చేస్తూ, చేసిందే సరైనదని నమ్ముతూ, ఎన్ని సినిమాలు చూశాం? ఎన్ని పుస్తకాలు చదివాం? అని లెక్కించుకుంటూ, నచ్చిన పేపర్ క్లిప్పింగ్సును ఫైల్ చేసుకుంటూ, చిన్నాడికి గుండు శ్రీశైలంలో కొట్టిద్దామా? వేములవాడలోనా? అని చర్చించుకుంటూ, నిద్రపోతున్న చిన్నకూతురి గోళ్లు జాగ్రత్తగా కత్తిరిస్తూ...

ఇల్లు మారినప్పుడు ఎలాగైతే పాత సామాన్లను వదిలెయ్యక మోసుకెళ్తూ ఉంటామో, అలాగే భావాలను మోసుకెళ్తూనే ఉంటాం. ప్రతిదీ మనకు ముఖ్యమే. పొరుగు వాడితో పోట్లాడినప్పుడు మన కోపం ఎంత సత్యమో, మనవరాలితో మాట్లేడటప్పుడు మన శాంతం కూడా అంతే సత్యం. బస్సులో వెళ్తున్నప్పుడు- మనుషులు 'సమూహం'గా బతికేంతగా పరిణామం చెందలేదని సిద్ధాంతం రూపొందించడమూ నిజమే. ఒంటరిగా ఉండాల్సి వచ్చినప్పుడు, అదే గుంపులో మమేకమైపోవడానికి తహతహలాడటమూ వాస్తవమే.

ఒక్కోసారి మనం చేస్తున్న ప్రతిదీ అర్థరహితమైనదని తలపోస్తాం. అంతలోనే ఇవి మాత్రమే అర్థవంతమైనవని మనస్ఫూర్తిగా నమ్ముతాం. 2009 పోనీ... 2010 రానీ...

ఆల్రెడీ మనం ప్రయాణంలో ఉన్నాం. ఇవ్వాళ కొత్త దారి వెతుక్కోవాలా?

▶ *'ఫన్‌డే' న్యూ ఇయర్ సంచిక కోసం రాసింది.*
▶ *ఒరిజినల్ టైటిల్: ఇంకా నాలుగు రోజుల్లో... జీవిత రైలు 2010 ప్లాట్‌ఫామ్ మీదకు రాబోతున్నది!*

ముందే ఒక ప్రమాణానికి లోబడినప్పుడు మనం దాన్ని అంగీకరించేస్తాం. మన ఊహే మన ప్రమాణమైనప్పుడు దాన్ని అందుకోవడం ఎవరితరమూ కాదు.

డైరీలో ఏం రాయాలి?

వేసుకునే దుస్తులు మెప్పుకోసం...

పెట్టుకునే నగలు గొప్పకోసం...

కట్టుకునే ఇల్లు హోదాకు చిహ్నం...

చేసుకునే శుభకార్యం మన అంతస్థుకు అద్దం...

అవసరార్థం అయ్యో పాపం అంటాం. అనవసరమైనా ఆహా ఓహో అంటాం. జగన్నాటకంలో కొన్ని పాత్రలు వెయ్యకా తప్పదు, కొందరిని మొయ్యకా తప్పదు.

నవ్వూ ఏడుపూ మెప్పుకోసం తిప్పలూ ముప్పని తెలిసినా తప్పులూ అన్నీ 'లోక కళ్యాణం' కోసమే.

ఇన్నిటిలో మనకోసం... పూర్తిగా మనకోసమే చేసుకునే పని డైరీ రాయడం. మనల్ని మనం అర్థం చేసుకోవడం కోసం, ఆచ్ఛాదన లేకుండా ఆవిష్కరించుకోవడం కోసం జరిపే సత్యాన్వేషణ... దినచర్య రాయడం.

ఓం ప్రథమంలో

ఏదైనా కావ్యం ఆరంభించినప్పుడు కృత్యాద్యవస్థకు లోనవుతారు కవులు. అంటే, మొట్టమొదట ఏం రాయాలి? ఏ పదం, ఏ వాక్యంతో ఎత్తుకోవాలి అని మథనపడతారు. ఎవరికైనా ప్రారంభం చాలా గొప్పగా ఉండాలనిపిస్తుంది కదా! డైరీకి కూడా అలాంటి అవస్థ తప్పదు. తెల్లని పేజీ మీద పెన్ను ఓ పట్టాన ముందుకు కదలదు. ఇక్కడే చిన్న చిట్కా. ఓ స్ఫూర్తివంతమైన కొటేషన్‌తో మొదలుపెట్టొచ్చు. నూతన సంవత్సరంలో ఫ్రెష్షుగా ప్రారంభిస్తాం గనక, మనకు బాగా నచ్చినవారి శుభాకాంక్షలతో బరిలోకి

దిగొచ్చు. తొలిరోజు, ఆ తొలి వాక్యం ఎలాగోలా 'మమ' అనిపిస్తే, తర్వాత ఎన్ని పేజీలైనా ఖరాబు చేసుకోవచ్చు.

తిట్టుకున్నదీ కొట్టుకున్నదీ అలిగిందీ 'సొలిగిందీ' కోపాలూ తాపాలూ చూసిన సినిమా చదివిన పుస్తకమూ కలిసిన పాత మిత్రులూ పెనవేసుకున్న కొత్త స్నేహాలూ అమ్మా నాన్నా అక్కా తమ్ముడూ బాబాయ్ పిన్నీ అత్తా మామా బావా బావమరిదీ... ఏమైనా రాయొచ్చు. ఎవరినైనా పాత్రలుగా మలచుకోవచ్చు. నలుగురికీ చూపించే కవిత్వానికే కుక్కపిల్లలూ అగ్గిపుల్లలూ పనికి వచ్చినప్పుడు మనకు అడ్డేమిటి?

వాక్యాల్లో తప్పుందని అడిగేవారు లేరు. వ్యాకరణం పాటించాలని నియమం లేదు. మనది మనకు అర్థమైతే చాలు. మనకోసం మనం రాసుకుంటే చాలు.

వద్దు సంశయం, కూడదు బద్ధకం

నిన్ను చూడలేదు
డైరీలో
ఖాళీ పేజీ!

...అని కలవని ప్రేయసి గురించి రాసుకోవడానికి ఏమీ లేదని రాసుకోవడానికైనా డైరీనే ఆశ్రయించాలి.

ప్రియురాలి అందెల సవ్వడుల మీద ఆటవెలదులు, కురుల హొయల మీద కందపద్యాలు... విరహ గీతాలూ వేడి నిట్టూర్పులూ... అచ్చు కాని కవిత్వాలూ అడ్డుకట్ట వేయలేని కోరికలూ... నిద్రను పాడుచేసే కలలూ... నిద్రపోకుండా సాధించాలనుకుంటున్న కలలూ... లోకబాధను తన బాధగా మలుచుకున్న అపర శ్రీశ్రీలా సంసారి సంధ్యా సమస్యలూ... తన బాధను లోక బాధను చేసిన కృష్ణశాస్త్రి శిష్యుడిలా 'సంధ్య'తో వచ్చిన సమస్యలూ...

డైరీలో ఏమైనా రాసుకోవచ్చు. ఏం రాసినా భద్రంగా దాచుకుంటుంది.

విద్యార్థి, ఉద్యోగార్థి, సంసారి, బ్రహ్మచారి అన్న తేడా లేదు. ఎవరు రాసుకున్నా భాష మెరుగుపడుతుంది. వ్యక్తీకరణ బాగవుతుంది. మనకు మనం అర్థం అవుతుంటాం. మనలో ఉన్న రచయిత, విమర్శకుడు, విశ్లేషకుడు, తాత్వికుడు అందరూ కట్టగట్టుకుని బయటకు వస్తారు. మనకే తెలియని కొత్త కోణాలు చూపెడతారు. మనల్ని మనకే కొత్తగా పరిచయం చేస్తారు.

ఉండకూడనిదల్లా సంశయం. వదిలించుకోవాల్సింది బద్ధకం.

'ఒకసారి డైరీ రాయడం ప్రారంభిస్తే - ఏది రాయాలో, ఎలా రాయాలో మనకే తెలుస్తుంది. ఇక్కడ పాటించాల్సిన నియమం ఒక్కటే. డైరీలోని ప్రత్యక్షరమూ మన

నిజాయితీకి నిలువుటద్దం కావాలి. లేకపోతే డైరీ ఓ చెల్లని నాణెంలా మిగిలిపోతుంది' అంటారు గాంధీజీ.

మొదట్లో ఎవరి డైరీ అయినా భావకవితలా మొదలై, జమాఖర్చుల పుస్తకంగా మిగిలిపోవడమో మరీ మాట్లాడితే తెల్ల కాగితాలుగా తెల్లబోవడమో సహజం. సోమరి తనం, అనాసక్తి ఇత్యాదివన్నీ కారణాలు.

'డైరీ రాయాలని ఒకసారి నిర్ణయించుకున్న తర్వాత, ఇక విడిచిపెట్టకూడదు. ఇప్పుడు కాకపోయినా భవిష్యత్తులో అది అత్యంత ప్రయోజనకరమని రుజువవుతుంది' అని సూచిస్తారు మహాత్ముడు. అనుభవజ్ఞుడు కదా!

అచ్చమైన ఆత్మకథ

డైరీ తాలూకు మూలాలు గ్రీకుల్లో ఉన్నాయి. గ్రహాల కదలికల్ని, రుతువుల మార్పుల్ని అక్కడి పంచాంగ కర్తలు రోజువారీగా నమోదు చేసుకునేవారట. వీటిని రోమన్లు మరింత విస్తృత పరిచి, వ్యక్తిగత దినచర్యను, ఇంటాబయటా జరిగే సంఘటనల్ని అక్షర బద్ధం చేయడం మొదలుపెట్టారు. పదిహేడో శతాబ్దం నాటికి, ఇప్పటి అర్థంలో మనం వాడుతున్న డైరీగా వాడుకలోకి వచ్చింది. పర్సనల్ జర్నల్ అనిపించుకుంది. 'డైరిస్ట్' అంటే ఓ హోదా అయి కూర్చుంది. ఉన్నత వర్గాల వారి వ్యాపకమైంది. ఇంగ్లాండ్‌కు చెందిన శామ్యూల్ పీప్స్, జాన్ ఎవెలీన్ లాంటివాళ్లు తొలితరం నవీన డైరిస్టులు. వారి అనుభవాలను అక్షరాలుగా వెదజల్లారు. రాజకీయాల నుంచి రాసకార్యాల దాకా డైరీల్లోకెక్కించారు.

'నాటకాలు, మద్యానికి దూరంగా ఉంటానని నాకు నేను కొత్తగా ప్రతినబూనాను' అని 1661 నూతన సంవత్సరం రోజు రాసుకున్నాడు పార్లమెంట్ సభ్యుడు శామ్యూల్. మరుసటి నెలలోనే, 'అవసరం కొద్దీ మద్యం పుచ్చుకున్నాను. అది కావాలన్న కోరికతో నేను రోగినైపోయాను' అని రాశాడు. కొత్త సంవత్సరం శపథాలు మీరడం మనకు అప్పట్నుంచీ ఉందన్నట్టే. ఒకవేళ భార్య చదివినా తన 'వ్యవహారాలు' తెలిసిపోకూడదను కున్న చోటల్లా ఇంగ్లీషుకు బదులుగా ఫ్రెంచ్, పోర్చుగీసు పదాలు వాడాడు శామ్యూల్.

ఏదేమైనా క్రమంగా డైరీలు గోప్యం అయ్యాయి. మరొకరి డైరీ చదవకూడదన్న సంస్కారం వృద్ధి చెందింది.

ఎందుకంటే డైరీ మనకు మాత్రమే ఎక్స్‌క్లూజివ్. మన 'హైడ్' బయటపడేది ఆ పుటల్లోనే. అంతరంగం నిజాయితీగా, నిస్సిగ్గుగా ఆవిష్కృతమయ్యేదీ నిక్షిప్తమయ్యేదీ అక్కడే.

ముద్రణకు అనుగుణంగా, ఎవరినీ నొప్పించక తానొవ్వని ధోరణిలో ఆత్మకథకైనా కొంత పాలిష్ చేస్తారు కానీ, డైరీ అలా కాదు. మనం ఎవ్వరినీ మెప్పించాల్సిన పనిలేదు. ఎవరో నొచ్చుకుంటారన్న భయం లేదు. అందుకే డైరీ నిజమైన ఆత్మకథ. పర్సనల్ క్లాసిక్. జీవితం పొడవునా రాయాల్సిన సుదీర్ఘ కావ్యం.

నిఖార్సైన వ్యక్తిత్వం బయటపడే ముడిసరుకు కాబట్టే, వివాదాలు తలెత్తినప్పుడు న్యాయస్థానాల్లో డైరీలు సాక్ష్యాలయ్యాయి. అందులోని రాతలు స్వయంగా వివాదాలు సృష్టించాయి.

ఎందుకైనా మంచిది, ఎవరికీ అర్థం కాకుండా ఉండేందుకు, పోనీ అర్థం కాకూడదనుకున్న చోటల్లా కోడ్‌లో రాసుకుంటే సరి. ముందెప్పుడో మనం రాసుకున్నది మనకే అర్థం కాకపోతే అదో తమాషా!

ఎందరో రాశారు

'ప్రయాణం రెండు రకాలు. ఒక ప్రయాణం వెలుపలిది, ఇది అందరికీ కనబడుతుంది. మరో ప్రయాణం లోపలిది. ఇది కొందరికే కనబడుతుంది. ఈ ప్రయాణీకుడు సాహిత్యకారుడైతే, చిత్రకారుడైతే, గాయకుడైతే; అతని రచనల్లో, చిత్రాల్లో, గానంలో ఈ రెండవ ప్రయాణం తాలూకు ప్రభావం స్పష్టంగా కనబడుతుంది' అంటారు త్రిపురనేని సుబ్బారావు... రావూరి భరద్వాజ డైరీ 'ఐతరేయం' పరిచయంలో.

భార్య మరణానంతరం భరద్వాజ రాసుకున్న డైరీల్లోని అక్షరాలు ప్రేమను ప్రవహిస్తాయి. 'నిశ్చలమూ నిర్జీవమూ నిరంజనమూ నీరవమూ – అయిన ఇసుక సముద్రం మీదికి దయతో వాలిన నీటి మబ్బులాగా వచ్చావు; నా జీవితంలోకి' అని రాసుకున్నా రాయన, తన జీవిత భాగస్వామి కాంతమ్మను గురించి.

ఎందరో రచయితలకు డైరీ రాసుకునే అలవాటుంది. లియో టాల్‌స్టాయ్, ఫ్రాంజ్ కాఫ్కా, ఫ్యోడర్ దస్తోవ్‌స్కీ, వర్జీనియా వూల్ఫ్, వాల్టర్ స్కాట్, లూయిజా మే అల్కాట్, లూయిస్ కరోల్, కందుకూరి వీరేశలింగం, రావిశాస్త్రి, కుష్వంత్‌సింగ్...

'నేను ఇంత బాగా రచనలు చేయగలగడానికి కారణం డైరీ రాసే అలవాటే. నా నవలల్లోని ఎన్నో మంచి కొటేషన్స్, ముందు డైరీలో రాసుకున్నవే' అంటారు పదిహేనేళ్ల వయసులో మొదలుపెట్టి, నాలుగు దశాబ్దాలుగా డైరీ రాస్తున్న యండమూరి వీరేంద్రనాథ్.

చాలామంది ప్రముఖులకు తమ ఆత్మకథలు రాయడానికి ముడిసరుకుగా డైరీలే ఉపయోగపడ్డాయి. తాను అంధుణ్ని కాబట్టి దినచర్య రాసుకోలేకపోయాననీ, ఆత్మకథ రాయడానికి పూర్తిగా జ్ఞాపకాల మీదే ఆధారపడ్డాననీ బాధపడ్డారు చిలకమర్తి లక్ష్మీ నరసింహం.

అయితే గొప్పవాళ్లే గొప్ప డైరీలు రాయాలని రూలేం లేదు. డబ్ల్యూ.ఎన్.పి. బార్బెల్లియన్ ఇందుకో ఉదాహరణ. పేదవాడైన ఈ ఆంగ్లేయ ప్రకృతి ప్రేమికుడి డైరీ 'ద జర్నల్ ఆఫ్ ఎ డిజప్పాయింటెడ్ మ్యాన్' ఏ కాలానికైనా అత్యుత్తమ డైరీగా ప్రశంస లందుకుంది. ఇంత కదిలించే డైరీ మరోటి చదవలేదంటాడు సుప్రసిద్ధ రచయిత హెచ్.జి.వెల్స్. 'నాకు అహమెక్కువ. గుర్తుంచుకో, ఇంకోలా నేను నటించలేను' అంటాడు బార్బెల్లియన్... తనతో తాను సంభాషించుకుంటున్నట్టు.

చారిత్రక ప్రాధాన్యం

వ్యక్తిగతం నుంచి సామాజికంగా ఎదిగిన డైరీలు చరిత్రకు సాక్షీభూతాలుగా నిలిచాయి. రెండో ప్రపంచ యుద్ధసమయంలో తమ దేశాన్ని జర్మనీ దురాక్రమించినప్పుడు, కుటుంబంతో సహా రహస్య జీవితం గడిపిన నెదర్లాండ్స్ యూదు బాలిక అన్నే ఫ్రాంక్, ఆ రెండేళ్ల కాలంలో రాసిన 'ద డైరీ ఆఫ్ ఎ యంగ్ గర్ల్' నాజీల హయాంలో పడిన కష్టాలకు అద్దంపడుతుంది. అప్పుడామె వయసు పదమూడేళ్లే. నాజీల దురాగతాలను సమగ్రంగా ఆవిష్కరించిన డైరీగా జర్మన్ సోషలిస్టు నాయకుడు ఫ్రెడరిక్ కెర్నెల్ రాసిన 'ద అపోజిషన్' సుప్రసిద్ధం. ఎప్పటికైనా తన డైరీలు ప్రపంచం వెలుగు చూడాలనే ఉద్దేశంతోనే తన మనవడికి అందజేశాడాయన. 'ప్రపంచ మానవుల్లారా మేలుకోండి! శక్తినంతా కూడగట్టుకొని శాంతిని నిర్మూలించిన వారిమీద ఉమ్మడిగా దాడి చెయ్యండి. నాన్చివేత కూడదు, ఉపన్యాసాలొద్దు, తటస్థ వైఖరి తగదు. మానవాళి శత్రువు మీదకి దూకండి' అని రాస్తాడొకచోట ఫ్రెడరిక్. 'ఈరోజుకీ కొందరు అమెరికాలోని మూర్ఖులు అడాల్ఫ్ హిట్లర్ సారథ్యంలోని జర్మనీతో రాజీపడే ధోరణి అవలంబిస్తూ ఏదేదో చెత్త వాగుతున్నారు. వాళ్లు దయలేని దద్దమ్మలు' అంటూ ఆవేశపడతాడు.

రెండో ప్రపంచ యుద్ధ సమయంలో బ్రిటిష్-ఇండియా తరఫున పోరాడి, జర్మనీ సైన్యానికి దొరికిపోయి, నాలుగేళ్ల పాటు (1941-45) యుద్ధ ఖైదీగా గడిపిన మన సైనికుడు జిత్‌సింగ్, తన ఒంటరితనాన్ని దూరం చేసుకోవడానికి డైరీని ఆత్మీయ నేస్తంగా మలచుకున్నాడు. తన కష్టాలను దాంతో చెప్పుకొని సేద తీరాడు. 'ఆకలి ఎంతగా దిగజార్చుతుందంటే, ఏ కుళ్లిపోయిన ఆలుగడ్డల పొట్టు పంపిణీ చేసినా, మనస్ఫూర్తిగా స్వీకరించబుద్ధవుతుంది, ఏ ఇబ్బందీ లేకుండా తినబుద్ధవుతుంది' అంటాడు తన డైరీలో జిత్‌సింగ్.

మన పూర్వీకులు రాసిన తాళపత్రాలు, వేసిన శాసనాలు అప్పటి జీవన విధానాన్ని ఇప్పటి వారికి తెలిపే ఆధారాలెలా అయ్యాయో, రాబోయే తరాలకు డైరీలూ అలాగే

పనికొస్తాయనడంలో సందేహం లేదు. ఎన్నో డైరీలు చరిత్రలోని చీకటి కోణాలను వెలికి తీయడంలో చరిత్రకారులకు తోడ్పడ్డాయి. చరిత్రకారులను తప్పుదోవ పట్టించిన ఉత్తుత్తి డైరీలు కూడా లేకపోలేదు. హిట్లర్ డైరీలని చెబితే, ఆయన ఏం రాశాడోనని చదవడానికి ఉబలాటపడమా! వ్యాపారంలో ఇదో కోణం.

కాలచక్రం

జీవితంలోని అన్ని కోణాలకూ గుర్తుగా అన్ని రంగుల్లో, అభిరుచికి తగిన డిజైన్లలో... ఎన్నో దినచర్య పుస్తకాలు.

వృత్తి, ఉద్యోగం, అంశాల వారీగా ఎన్నో రకాల డైరీలు మార్కెట్లోకి వస్తున్నాయి. ఇంజినీరింగ్, వ్యవసాయం, బీమా, వైద్యం, జాగ్రఫీ, ఆరోగ్యం... ఏ రంగానికి తగ్గవారికి ఆ డైరీలు, చేస్తున్న పనితో మమేకం చేసేట్టు, అవసరమైతే ఠక్కున పేజీలు తిరగేసి, 'గ్యాలన్ అంటే ఎన్ని లీటర్లు' లాంటి ప్రాథమిక సమాచారం తెలుసుకునేట్టు. అందుకే సంస్థలు తమ ఉద్యోగులకూ శ్రేయోభిలాషులకూ డైరీలు అందిస్తాయి. ప్రచారం, పైగా అనుబంధం.

కాలం మారింది. కాగితం అక్కర్లేదంటోంది. కాగితం మీదే రాయాలని నియమం లేనివాళ్లు ఆన్‌లైన్‌లో విశేషాలను పొందుపరుస్తున్నారు.

అయినా స్వదస్తూరి స్వదస్తూరే. రాసుకున్నదానికే శాశ్వతత్వం ఎక్కువ. అప్పటి మూడ్, మురిపెం అక్షరాల్లో ప్రతిఫలిస్తాయి.

గడిచిపోయిన రోజులను చూసేందుకు 'కాలచక్రం' వెనక్కి తిప్పేంత శ్రమ అక్కర్లేదు. డైరీ పుటలు తిప్పితే చాలు.

2007 డిసెంబరు ఈనాడు ఆదివారం అనుబంధం కవర్ స్టోరీ.
ఒరిజినల్ టైటిల్: ఏడాది రాస్తే ఆమరణ నేస్తం

ఒకరు 'మంచి' అంటున్న దాంట్లో మనకు నచ్చే మంచి కొంతయినా ఉండొచ్చు.

భోగిమంటల్లో ఏం వేద్దాం?

దీపపు పురుగుది గొప్ప టేస్టు కదా! లేదంటే మంటను ఎలా ప్రేమించగలుగుతుంది!

మంటను ప్రేమించడం! అందులో దూకి తనను తాను అర్పించుకునేంతగా ప్రేమించడం!

మంటలో ఏదో గొప్పతనముంది. కళ్లు తిప్పుకోకుండా చూడాలనిపించే ఆకర్షణ ఉంది.

చేయితిరిగిన 'లే అవుట్' ఆర్టిస్ట్ పసుపు, మజెంటా వర్ణాల శాతాలు తగ్గిస్తూ, పెంచుతూ ఆడుకున్న డిజైన్‌లా... అస్పష్టతను గీయడంలో స్పష్టత చూపించిన గొప్ప చిత్రకారుడి అత్యుత్తమ ప్రతిభలా... ఏ ఫ్రేమ్‌లో చూసినా మంటలో గొప్ప సౌందర్యం కనబడుతుంది, అగ్గిపుల్ల వెలుగు నుంచి పొయ్యిమంట నుంచి చలిమంట దాకా.

అందుకే-మంటను చూడటం బాగుంటుంది.

మంట పక్కన కూర్చోవడం, మంటతో ఒళ్లు వెచ్చబరుచుకోవడం, మంటతో సంభాషించడం...కాగితాన్ని అగ్నికి సమర్పించి, రుంగచుట్టుకుంటూ అది కాలుతూవుంటే, కాలిన కాగితంలోంచి పైకితేలిన అక్షరాలను చదువుతూవుంటే, తెలియని ఆనందం కలుగుతుంది. పొయ్యిలో పెట్టిన కట్టె నిప్పుగామారి, ఎర్రగా కనబడుతుంటే, దాన్ని పట్టుకుని ముద్దాడాలన్నంత మోహం పుడుతుంది. అలాంటిది మనకు భోగిమంట అంటే ఎలా ఉంటుంది!

చింకి చాపలు
గోనె సంచులు
మూడుకాళ్ల కుర్చీలు
విరిగిపోయిన బల్లలు
ముళ్లకంపలు

తుమ్మమండలు
చీకిపోయిన తాళ్లు
తెగిన చెప్పులు
టైర్లూ ట్యూబులూ
గాలిపటం చరఖాలు
ప్లాస్టిక్ బకెట్లు ప్యాకింగ్ డబ్బాలు
'పేగులు' బయటికి వచ్చిన దిళ్లు
ఎందుకూ పనికిరాని(?) కాగితాలు

ఒక్కొక్కటీ కలిసి, ఇంకొక్కటీ చేరి, మరొక్కటీ జతకూడి... చిరుమంటై పెనుమంటై శిఖరాన్నంటుతుంటే...అన్నీ కలిసిపోయి, అన్నీ ఒక్కటైపోయి, రూపాల్ని కోల్పోయి, అస్తిత్వాల్ని ఆహుతి చేసుకుని, గొప్ప కార్యంలో ఐక్యమైపోతే... ఆ మంటలు కళ్లల్లో ప్రతిఫలిస్తుంటే... ఆ ఆనందం ముఖంలో వెలుగుతూ వుంటే...

మామూలుగానే ఉంటాం.

సహజంగానే బయటికి కనబడుతూఉంటాం.

కానీ- పొద్దున ఒకసారి కడుపు మండుతుంటుంది. మధ్యాహ్నం మరోసారి కళ్లు మండుతుంటాయి. సాయంత్రం శరీరం కుతకుతా ఉడుకుతూ ఉంటుంది. దేనిమీదో, ఎవరిమీదో, లేదూ మన మీదే మనకేనో...

మోహం
కపటం
అసూయ
అపరాధ భావన
ఐడెంటిటీ క్రైసిస్
ఇన్ఫీరియారిటీ కాంప్లెక్స్...

రక్త ప్రసరణ పెంచుకుని, జుట్టును రాల్చుకుని, ముఖాన్ని మాడ్చుకుని...వాటిలో మనం దహించుకు పోవడమా? వాటిని మనం దగ్ధం చేయడమా?

రోజూ సూర్యాస్తమయ సమయంలో ఆకాశం తగలబడిపోతూ ఉంటుంది. బహుశా, అందువల్లేనేమో రాత్రి మరింత నిర్మలంగా కనబడుతుంది.

కొన్ని కాలితే బాగుంటుంది. కొన్ని కాల్చితే బాగుంటుంది.

ఈ భోగి పండక్కి మీరేం కాల్చుతున్నారు?

'ఫన్‌డే'లో 2010 సంక్రాంతికి రాసింది.

తిండి, బట్ట, సుఖమైన నిద్రను దాటి మనుషుల వ్యాపకాలు ఎప్పుడైతే పెరిగాయో, ఇంద్రియాలను సంతృప్తి పరుచుకోవడానికి ఇంకా ఇంకా ఏదో చేయాల్సి వస్తోంది.

కొత్త కొలత

నగరాలకు మాత్రమే పరిమితమైన ఒక దృశ్యం... ఒక పక్క సకల హంగులతో కూడిన గేటెడ్ కమ్యూనిటీ. ఇంకో పక్క చాలీచాలని జీవనావసరాలతో కూడిన మురికివాడ.

ఆరోగ్యవంతమైన మనిషి దీనికి స్పందించకుండా ఉండడు. దీనికనే కాదు, ఏ తారతమ్యానికైనా మనిషి స్పందించకుండా ఉండిపోడు. ఆ స్పందన 'ప్చ్' రూపంలోనో, 'ఖర్మ' రూపంలోనో, ఈర్ష్య రూపంలోనో, ఇంకేవిధంగానో, మరోవిధంగానో ఉండొచ్చు.

తననూ సమాజాన్నీ బేరీజు వేసుకుంటూ నడవడం మనిషి లక్షణమే. ఆ సమాజపు సమష్టి చైతన్యంలో కలిసిపోతూ, సమాజపు విలువలకు తనను తాను సవరించుకుంటూ, తనను తాను మెరుగుపరుచుకుంటూ ప్రవహించడం మనిషి గుణం. ప్రయాణించడం మనిషి లక్ష్యం.

అయితే, ఏ ఒక్క 'అంకె' దగ్గరో స్థిరంగా ఉండని సమాజపు విలువలను మనిషి ఎలా అందుకుంటాడు?

ఆ 'అంకె' సమాజంలో ఉన్నది కాదు. అది తనలో ఉన్నదే. తన శక్తి సామర్థ్యాలు, తన కుటుంబ పరిస్థితులకు అనుగుణంగా తనకు తాను నిర్దేశించుకున్నదే. సైకిల్ ఉన్న వాడు బైక్ కోసం, బైక్ ఉంటే కారు కోసం, అద్దె ఇంటి సంసారి సొంతకొంప కోసం పాటుపడతాడు. సైకిల్ అతడి 'సహజ' స్థానం అయితే, సమాజం అతడి కోసం నిర్దేశించిం దనుకునే విలువ బైక్ అవుతుంది. అది అందుకోగానే అతడి ప్రస్థానం కారు వైపు మొదలవు తుంది. అంతే తప్ప, సైకిల్ నుంచి విమానానికి ఉన్నట్టుండి ఎగరడానికి సహజంగా మనిషి అంత ఆతృతపడడు. ఈ విలువలు భౌతికమైనవే కానక్కర్లేదు. ప్రాణాయామం

మొదలుపెట్టిన రోజే సమాధి స్థితి గురించి ఆలోచించకపోవడం కూడా ఇందులోకే వస్తుంది.

తనకు తానే వృత్తం గీసుకుంటూ, తిరిగి ఆ వృత్తాన్ని చెరిపేసి కొత్త పరిధిని శాసించుకుంటూ, మళ్లీ తనను తాను కొత్త విలువలకు ట్యూన్ చేసుకుంటూ వెళ్లడమే మనుషులు చేసేది, చేయాల్సింది, చేయగలిగేది.

అయితే, మనిషి సంతృప్తిగా బతకడానికి ఉన్న ఏకైక మార్గం ఈ తదుపరి విలువల్ని చేరుకోవడంలో మాత్రమే లేదు. అది చేరుకోవడానికి చేసే ప్రయత్నంలో కూడా మామూలుగా ఉండగలగడం అత్యావశ్యం. ఎందుకంటే, ప్రతి చోటా ఉన్నది జీవితమే.

◗ ఇదీ, దీని తర్వాతివి 'ఫన్‌డే కామెంట్' శీర్షికన ఫన్‌డే ఎడిటోరియల్‌గా రాసినవి. రచనాకాలం 12 జూన్-11 సెప్టెంబర్ 2011. రాసిన పదమూడింటిలో మూడు మాత్రమే ఈ పుస్తకంలోకి రావడానికి అనువుగా ఉన్నందున మిగతావి వదిలేశాను. స్వామీజీ, యువకుడు; తండ్రి, కొడుకు సంభాషణ ధోరణిలో ఉండటమే దానికి కారణం.

రెండో మనిషితో మాట్లాడినప్పుడు తప్పుగానూ,
ఏకాంతంలో ఒప్పుగానూ అనిపించేవి కొన్ని ఉంటాయి.

మనుషుల మ్యూజియం

నిజమే, ఒప్పుకోవచ్చు.

ఎవరికైనా సరే, ఏదో ఒక సందర్భంలో ఈ లోకం మీద విరక్తి పుడుతుంది. జీవితంలోని చేదు వల్లో, ఉద్యోగంలోని అరుచి వల్లో, దాంపత్యంలోని కపటం వల్లో, బంధుత్వంలోని కల్మషం వల్లో...

ఏదో ఒక కారణం. అది చిన్నదో, పెద్దదో...

మనుషులకు దూరంగా, ఒంటరిగా వెళ్లాలనిపిస్తుంది.

కానీ ఎక్కడికి వెళ్తారు?

పార్కులో బెంచీ మీద ఆల్రెడీ ఒకరు కూర్చునే ఉంటారు. చెరువు ఒడ్డు మీద కెళ్దామంటే ఎవరో పశువును కడుగుతూ ఉంటారు. లాంగ్ డ్రైవ్ వెళ్తే గనక, సైడ్ ఇమ్మని వెనకనుంచి హారన్ కొడుతూ ఉంటారు. డొక్కు సినిమాకైనా వెళ్లి కూర్చుందామంటే, కనీసం యాభై ఆరుగురైనా వచ్చివుంటారు.

పోనీ, ఇంకా దూరంగా... ఎత్తుల్లోకీ లోయల్లోకీ!

అక్కడో నీళ్ల సీసా పడివుందంటే, ఎవరో పర్యాటకుడు ఉన్నట్టే అనిపిస్తోంది. ఊహూ, ఎక్కడికి వెళ్లినా ఇంకో ముఖం కనబడదని గ్యారెంటీ లేదు.

మార్కెట్లో బస్సుల్లో ఆసుపత్రుల్లో పార్కుల్లో పార్లల్లో పబ్బుల్లో... ఇంటి పక్కనా గుడి పక్కనా పక్కసందులో ఊళ్లో పట్నంలో నగరంలో రాజధానిలో...

అరెరెరెరే... ఇదేం తొడతొక్కిడి లోకం. ఎక్కడ చూసినా మనుషులే!

అసహనం, చిరాకు, ద్వేషం.

ఒక్క నిమిషం అక్కడే ఆగండి.

ఇప్పుడు ఎదురుగా ఉన్న వ్యక్తిని చూడండి. ఇప్పుడు పక్కన ఉన్న తాతను. ఇటువైపో చిన్నపాప ఉన్నట్టుంది! అక్కడో గుంపు కనబడుతోంది.

అరెరే... ఎన్ని కళ్లు ఎన్ని నోళ్లు ఎన్ని ముక్కులు ఎన్ని గొంతులు ఎన్ని హావభావాలు ఎన్ని ఉద్వేగాలు ఎన్ని వన్నెలు ఎన్ని చిన్నెలు... ఈ ప్రపంచ మ్యూజియంలో ఎన్ని ప్రాణమున్న శిల్పాలు!

మ్యూజియం మొత్తాన్ని చూడటానికి సమయం చాలట్లేదంటే ఏదో అనుకోవచ్చు గానీ, ఈ మ్యూజియంలో అసలు ఇన్ని శిల్పాలు ఎందుకు పెట్టారని కోపం తెచ్చుకుంటే ఎలా?

ఆడాళ్లందరినీ ముసుగుల్లో ఉంచినా, ఆ ముసుగు ఏర్పరిచే నీడతో కూడా మగవాడు మోహంలో పడతాడేమో!

పర్ఫెక్ట్ ప్రపంచం

ఇది రోజూ ఎదురయ్యే ఇబ్బందే.

ఎవరో ఫలానా సమయానికి వస్తానంటాడు. కానీ రాడు.

మరెవరో ఈరోజు తప్పకుండా ఇచ్చేస్తానంటాడు. కానీ ఇవ్వడు.

ఇది ఇలా జరగాలని ఉంటుంది. కానీ జరగదు.

ఈ పని తప్పకుండా చేస్తామన్న హామీ ఇస్తారు. కానీ చేయరు.

ఇలా చేయాలని ప్రొసీజర్ ఉంటుంది. కానీ ఎవరూ దాన్ని అనుసరించరు.

నియమం ఉన్నది అతిక్రమించడానికి. నిబంధన ఉన్నది ఉల్లంఘించడానికి. పద్ధతి ఉన్నది పాటించకపోవడానికి.

దాంతో ఎక్కడ చూసినా మనకు తప్పే కనబడుతుంది.

రోడ్ల మీద తప్పు. ఆఫీసుల్లో తప్పు. ఇంట్లో తప్పు. బయట తప్పు.

ఈ ప్రపంచం ఇలా ఉండాలి, ఇలా నడవాలి అనడానికి మనకు కొన్ని వ్యక్తిగత ప్రమాణాలుంటాయి. దీనికి అనుగుణంగా లేనిది ఏదైనా మనకు కష్టం కలిగిస్తుంది. వేదనకు గురిచేస్తుంది. ఇంకా ముఖ్యంగా అశాంతికి లోనుచేస్తుంది.

ఇందులో, 'అది తప్పే కదా మరి' అని తేల్చడం కన్నా కూడా, మనల్ని మనం శాంతిగా ఎలా ఉంచుకోవాలన్నదే ముఖ్యం.

ఈ ప్రపంచం ఇలాగే ఉంటుంది, దాని మానాన అది నడుస్తూ పోతుంది, అనుకునేంత విముఖత మనకు అక్కర్లేదు. లేదంటే ఈ ప్రపంచాన్ని మార్చాలని పూనుకున్న మహానుభావులందరినీ తప్పు పట్టినవాళ్లమవుతాం. కాబట్టి ఆ తప్పు మనం చేయనక్కర్లేదు.

అయితే-

ఇక్కడ ఒక కీలక విషయం దాగుంది.

పిల్లాడు తప్పుగా మాట్లాడితే మనకు కోపం రాదు. వాడింకా మాటలు నేర్చుకుంటున్నాడు అనుకుంటాం.

అలాగే ఈ జనమంతా ఇంకా బతకడం నేర్చుకుంటున్నారనుకోవచ్చు కదా!

ఈ ప్రపంచం ఇంకా కొత్తగా నిర్మాణమవుతూనే ఉందనుకోవచ్చు కదా!

జీవితాంతం జీవించడం ఎలాగో నేర్చుకుంటూనే ఉండాలంటాడు రోమన్ తత్వవేత్త సెనెకా.

ఈ ప్రపంచం ఇంకా నేర్చుకుంటూనే ఉందేమో! పర్ఫెక్ట్ అవడానికి సమయం పడుతుందేమో!

ప్రశ్న మనలోనే పుట్టాలి. పరిష్కారం మనకే తట్టాలి.

ఒక ఉత్తరం ఒక దక్షిణం

అటా? ఇటా?

అదా? ఇదా?

అది కావొచ్చునేమో! ఏమో, ఇదీ కరెక్టేనేమో!

ఈ బస్సు ఎక్కుదామా? ఆగుదామా?

నెక్ట్స్ బస్ ఖాళీగానే వస్తుందిలే!

చచ్చాం. ఇంతకుముందు పోయింది ఎక్కినా అయిపోయేదేమో!

పోనీలే, ఇంకోటి చూద్దాం!

ఇంతకుముందు దాన్లోనే పోవాల్సింది! రోడ్డు మీద నిలబడేదేదో బస్సులో నిలబడే వాళ్లం. ఉట్టిగా టైమ్ వేస్ట్.

మొన్న యోగా షార్ట్‌కోర్సులో చేరాల్సిందేమో! నాల్గింటికి లేవాలి... ఎందుకొచ్చిన తిప్పలులే!

రఘును ఆ మాట అనకుండా ఉండాల్సిందేమో! అనకపోతే మనల్ని ఏమాత్రం లెక్కచెయ్యట్లేదుగా మరి!

నిన్న మార్కెట్లో కూరగాయలు తెచ్చేస్తే అయిపోయేది! హడావుడిగా వచ్చాం కదా, టైమెక్కడుందీ!

బీఎస్సీ చేయకుండా ఉండాల్సింది! చేశాం కాబట్టే కదా, ఆ 'టెక్నికల్' జాబ్ చేయగలిగాం.

మధు పెళ్లికి అనవసరంగా వెళ్లాను! వెళ్లబట్టే కదా, జగదీష్ కలిశాడు.

ఆ షాపులో ఆ ప్యాంటు తీసుకోకుండా ఉండాల్సింది! తీసుకున్నదే నయమైందిలే, మొన్న అలాంటిదే మల్లేష్ వెతికితే దొరకలేదట.

అందరూ వెళ్లినప్పుడే నేనూ లైసెన్సుకు అప్లై చేయాల్సిందేమో! ఎందుకొచ్చిందిలే, ఆ లైనులో నిలబడీ నిలబడీ...

పొద్దున అనవసరంగా ఆయిల్ ఫుడ్ తిన్నాం. పోనీలే, ఇప్పుడు ఏమైందీ!

ఆ ఎయిర్‌మెన్ ఉద్యోగంలో చేరితే అయిపోయేదేమో! ఏంకాలేదబ్బా, ఇదే నీకు కరెక్టు.

"అవునా? కాదా? ఏదో ఒకటి టిక్కు పెట్టు."

చిన్నప్పుడు పరీక్షల్లో ఈ విధానం బాగుండేది. సమస్య స్పష్టం. సమాధానం స్పష్టం. కానీ జీవితానికి వచ్చేసరికి, ఇది అప్లై కావట్లేదు. చేశామనీ బాధ. చేయలేదనీ బాధ.

ఆ సమయానికి అది కరెక్టే అనిపిస్తుంది. ఆ మరుక్షణమే తప్పనిపిస్తుంది. ఇంతలోనే సరైన పనే చేశామనిపిస్తుంది. రెండో నిమిషంలో, మొదటి నిమిషంలో ఆలోచించింది సరికాదనిపిస్తుంది.

మన అంతరంగంలో ఇద్దరు కామరూపులు, గదలతో, బాణాలతో, కత్తులతో, పిడిగుద్దులతో యుద్ధం చేసుకుంటూ ఉంటారు. వాడూ మన ప్రతినిధే. వీడూ మనకు కావాల్సినవాడే.

ఎవ్వరినీ కాదనలేం. ఎవ్వరినీ ఔననలేం. వీడు గెలుస్తుంటే వాడివైపూ, వాడు విజయం సాధించేట్టయితే వీడివైపూ నిలబడుతూ ఉంటాం. ఇద్దరు కొట్టే దెబ్బలూ మనమే ఓపిగ్గా తింటూ ఉంటాం. అంతిమంగా రిజల్ట్ ఏమీ ఉండదు. ఒక్కోసారి ఆ వచ్చే ఫలితానికి పెద్ద విలువా ఉండదు. కానీ ఒక సరైన నిర్ణయం తీసుకోలేకపోయామే, తీసుకున్న నిర్ణయానికి కట్టుబడి ఉండలేకపోయామే, తీసుకున్నది సరైనదేనని ఇప్పటికీ అనుకోలేకపోతున్నామే... ఈ బాధ, న్యూనత, ఘర్షణ మనల్ని స్థిరంగా, శాంతిగా ఉండనియ్యవు.

ఓరి దేవుడా! ఒక స్పష్టత- కుండబద్దలు గొట్టినంత స్పష్టత- అది, ఇవ్వాళ, తెల్లచొక్కా వేసుకోవడమా? బూడిదరంగుదా? అయినా సరే- ఎందుకియ్యవు నాకు?

అన్నీ మన చుట్టూనే ఉంటాయి. అయినా ఆ గ్రహింపు కలగడానికి కావాల్సిందేదో మిస్సవుతూ ఉంటుంది. బహుశా, ఆ లింకు దొరకడమే, 'సత్యం' కనుక్కోవడం. 'ఈ రెండు ఫొటోలను' నేను వెంటవెంటనే చూడటం వల్ల, నాలో ఒక ఫ్లాష్ వెలిగినట్టు.

ప్రకృతిలోనే ఇన్ని ఎక్స్‌ట్రీమ్ షేడ్స్ ఉన్నప్పుడు, ఆఫ్టరాల్ దాన్లోంచే వచ్చిన నాలో ఎన్ని ఉండొచ్చు!

◗ ఈ రెండు ఫొటోలు– అని ఐటెమ్‌లో చెప్పిన పరస్పర విరుద్ధమైన ఫొటోలు:
చైనాలో యున్నాన్ ప్రావిన్స్‌లో నెర్రెలిచ్చిన ఓ కొలను,
స్విట్జర్లాండ్‌లో గడ్డ కట్టిన నెషాటెల్ సరస్సు.
◗ ప్రచురితం: మే 2010 ఫన్‌డే

వాళ్లు ఇచ్చేదే పరమప్రమాణం కాకపోవచ్చు.
కాని అది కూడా ఒక ప్రమాణమే.

నేనేమిటి?

ఇది రాయడానికి నాగ్ పంపిన ఒక మెయిల్ ఆధారం (2010 నవంబరు). అది చదవగానే నాకు చిన్నగా వణుకు మొదలైంది. ఈ వణుకు భౌతికమైంది కాదు, మానసికమైంది. అందులోని సారాంశం ఏమిటంటే: కోరికలను అణిచి ఉంచడం, దాచి పెట్టడం, మనం లోపల ఒకలా ఉండి బయటకు ఇంకోలా కనబడే ప్రయత్నం చేయడం, వ్యాకులత, నిర్ణయం తీసుకోలేని తనం, తేల్చుకోలేకపోవడం... ఇత్యాదివన్నీ గ్యాస్ట్రిక్, అల్సర్స్... ఇంకా ముదిరితే క్యాన్సర్స్‌గా పరిణామం చెందుతాయన్నది.

ఇప్పటికిప్పుడు నాలో ఏం తప్పులున్నాయి? ఏం తప్పులుచేసి దాచిపెట్టాను? ఏం తప్పులు చేయాలనుకున్నాను?

బయటికి చెప్పినవీ చెప్పలేకపోయినవీ లోపల ఉన్నవీ లోలోపల దాక్కున్నవీ అంతరాంతరాళాల్లో రక్తంలో ఉన్నవాటిని వేరుచేయడానికి శ్రమపడాల్సినవీ.... తప్పులు ఒప్పులు కన్ఫెషన్లు కోరికలు ఇబ్బందులు హిడెన్ ఎజెండాలు ఓపెన్ ఆదర్శాలు అన్నింటినీ కలిపి ఒక్కసారి సంచీని దులిపేసినట్టుగా దులపడానికి ప్రయత్నించాను. ఇంకో విధంగా చెప్పాలంటే, నాకు నన్నే ఓసారి తిరిగి పరిచయం చేసుకున్నాను.

● ఎవరినీ నేను పట్టించుకోనట్టు నటిస్తాను కానీ అందరూ నన్ను గుర్తించాలనుకుంటాను.

● ఏదీ నాకు ముఖ్యం కాదు అంటాను. ఆ అనడంలోనే నాకు అన్నీ ముఖ్యం అని వినిపిస్తుంది.

● ఈ ప్రపంచంలో నా ఒక్కడికే నూటా ఇద్దరు ప్రియురాళ్లుండే మినహాయింపు ఉండకూడదా?

● గాంధీజీలాగానో, అంబేద్కర్‌లాగానో రేప్పొద్దున నాకూ విగ్రహాలు పెడతారా?

● కీర్తిని నిరాకరించిన శాలింజర్ నాకు ఆదర్శం. కానీ ఆయన నిరాకరించ లేనట్టుగానే నాకూ నిరాకరించలేని బలహీనత ఉంది.

● విలాస వస్తువుల మీద నాకు సరైన స్పష్టత లేదు. ఒక్క కెమెరా కొనడానికి కొన్నేళ్లు ఆలోచించాను, అది లగ్జరీ వస్తువే అన్న కారణంగా, నాకు ఆర్థిక ఇబ్బంది లేనప్పటికీ. అది కొంటే ఎలా? కొనకపోతే ఎలా? ఎన్నోసార్లు ఎన్నోవిధాలుగా మథనపడి కొన్నాను. తీరా కొన్నాక కొనకపోతే బాగుండుననిపిస్తోంది. ఒకవేళ కొనకపోయివుంటే మళ్లీ నేను కొనలేకపోతున్నానని బాధపడుతుండేవాడిని.

● అద్దె ఇల్లు వెతకడం నాకు చావుతో సమానం. ఏ కారణం వల్లయినా దాన్ని మార్చాల్సిరావడం చావున్నర.

● మనుషులతో మాట్లాడటమంటే నాకు భయం. కరెక్టు పదం ఏమిటో తెలియదు. వాళ్లు కరెక్టుగా రిసీవ్ చేసుకో(లే)రేమోనని.

● ప్రభుత్వాఫీసులన్నా, ప్రొసీజర్లన్నా వణుకు. ఆ కారణంగానే కొన్నింటికి నేను అప్లై చెయ్యను. ఇంతవరకు బానే ఉంటుంది. కానీ ఏ ఎక్సో పాపం నా మంచి గురించే, అది ఉంటే మంచిదంటాడు. మళ్లీ నేను డైలమా. ఆలోచించీ చించీ చించీ నా మనసును మేకప్ చేసుకునేసరికి నాకు కొద్దిగానైనా రక్తం ఖర్చయిపోతుంది కదా!

● సిగరెట్ కాల్చడం గొప్పతనపు భావన కలిగిస్తుంది నాకు.

● పుస్తకం చదవకుండా ఉండగలిగే మానసికస్థితి ఉంటే, నాకు మరింత విరామం దొరికేది.

● నాకు బతుకు భయం, చావు భయం రెండు మూడు సార్లు కలిగాయి.

● షాపింగ్ అంటే భయం. ఎంపిక చేసుకునే ఏ పరిస్థితీ నావల్ల కాదు. పైగా బేరమూ చేయలేను.

● కొత్త బట్టలు వేసుకోవడం నాకు చాలా 'ఆడ్'గా ఉంటుంది. వాటి కొత్తదనం చూసేవాళ్లకు ఇట్టే తెలుస్తూనే ఉంటుంది. నెలరోజులు పాతవి అయిపోతేగానీ నాకు మామూలుగా ఉండదు. పైగా, ఏ విధంగానూ అంతకుముందు పరిచయంలేని ప్యాంటునో, చొక్కానో నా ఒంటిమీదకు ఎలా తెచ్చుకోవడం? ఆ కొత్త చొక్కాతో నా శరీరానికి కొంత పరిచయం జరిగేదాకా నేను దాన్ని ఓన్ చేసుకోను.

● టీవీ పాడైతే మెకానిక్‌ను పిలవడం, గిర్నీ ఎక్కడ పట్టించాలో వెతకడం... ఇలాంటివన్నీ నాకు జన్మలో సాధ్యం కాదు.

● నేననుకోవడం నేను పిసినారిని ఏమీ కాను. చాలాసార్లు నేను అనుకున్నవాటికి ఇట్టే ఖర్చుపెట్టేస్తాను. దానికీ నాకూ మధ్య ఏదో ఒక గురి కుదరాలి. అలా లేనప్పుడు

మళ్లీ సంశయంలో పడిపోతాను. ఇది ఎంతదాకా వెళ్తుందంటే, ఒక కొబ్బరిబోండాం తాగడానికి నాకు పదకొండేళ్లు పట్టింది. నేను ఆరోతరగతిలో ఉన్నప్పుడు మొదటిసారి కొబ్బరిబోండాం గురించి విన్నా. కొబ్బరికాయ తెలుసుగానీ బోండాం తెలియదు. అదేంటో కుతూహలం. కానీ అలా దాగుండిపోయింది తప్ప, అది తీర్చుకునే అవకాశం రాలేదు. ఇంటర్లోకొచ్చినప్పుడు మొదటిసారి చూశాను, హైదరాబాద్‌లో. దగ్గరికి వెళ్లి అడుగుదును కదా, ఏడు రూపాయలని చెప్పాడు. అంత ఖరీదైన వస్తువని నేను ఊహించ లేదు. అక్కడ్నించి వచ్చేశాను. మళ్లీ మళ్లీ మళ్లీ ఎన్నోమార్లు ఆ ఒక్క కోరిక తీర్చేసుకుంటే అయిపోతుందని అనుకున్నాను. కానీ తీర్చుకోలేదు. అది ఎప్పటికి తీరిందంటే, నా డిగ్రీ అయిపోయి, పటాన్‌చెరులో జాబ్‌లో చేరాక.

ఇది మూర్ఖత్వమేనా? అప్పటి నా స్థాయికి బోండాం ఖరీదే. కానీ కచ్చితంగా నేను కొనలేనంత ఖరీదైనదేమీ కాదు. అయినా నేను కొనలేదు. అలా అని దాని గురించి ఆలోచించకుండా ఉండనూలేదు. ఎందుకంటే దానికి అంత పెట్టి తాగడం అనవసరం అన్న ఒక పాయింట్ నుంచి నేను బయటపడటానికి చాలా సమయం పట్టింది. అలాగని నేనేమీ సినిమాలు చూల్లేదా? సిగరెట్లు కాల్చలేదా? ఒకట్రెండు సార్లయినా మద్యం తాగలేదా? అన్ని వెధవ పనులు చేశానుగానీ దీనికి మాత్రం ఖర్చు పెట్టలేదు. ఇలాంటిది నాకు మాత్రమేనా? ఇంకెవరికైనా ఇలాగే ఉంటుందా?

● నన్ను ఎవరైనా నిర్లక్ష్యం చేస్తే భరించలేను.

● ఏడాది క్రితం విన్న ఏ చేదువార్తో అర్ధరాత్రి ఉన్నట్టుండి గుర్తొచ్చి నా నిద్ర పాడుచేస్తుంది.

● నా గుండెలో వెయ్యి ముళ్లున్న ఒక పెద్ద రాక్షస ముళ్లచెట్టు పెరుగుతుంటుంది. దుర్మార్గంగా వాటి మొనలు బయటికి కాక, లోపలివైపుండి నన్ను నిరంతరం గుచ్చుతూనే ఉంటాయి. ఎన్నింటిని తొలగించుకున్నా, మళ్లీ మొలుస్తూనే ఉంటాయి.

● నాకు ఫోనోఫోబియా ఉంది.

● ఏ బస్టాండులోనో కనబడిన టాయ్‌లెట్ దృశ్యాలు నన్ను తినేటప్పుడు హాంట్ చేస్తూనే ఉంటాయి.

● నా అస్తిత్వాన్ని పూచిక పుల్ల ఎత్తు కూడా వెలకట్టని కొందరిని నేను దొర్లించి దొర్లించి కొట్టాలనుకున్నాను.

● మా ఊరు వెళ్లినా ఊరి నడిబొడ్డునుంచి నేను ఆత్మన్యూనత లేకుండా, లేదా ఏ ఫీలింగ్ లేకుండా, లేదా అతి మామూలుగా నడుచుకుంటూ వెళ్లలేను. ఎందుకు వెళ్లలేనో నాకిప్పటికీ మిస్టరీ. ఎవరూ పరిచయం లేదు. అలాగని మొత్తానికి పరిచయం

లేనట్టూ కాదు. వాళ్లతో ఎలా వ్యవహరించాలో నాకు తెలియదు. మా ఇల్లు, పొలం మీద నాకు ఎంత ప్రేమ ఉన్నా, నా ప్రేమ అక్కడికే పరిమితం. అసలు 'స్వేచ్ఛగా సంచరించాను' అంటుంటారే... అలాంటిది నా జన్మలో ఎప్పుడూ జరిగినట్టు గుర్తులేదు.

● తెల్ల లుంగీ కట్టుకుని, చేతుల బనీన్ వేసుకుని ఆఫీసుకు వెళ్లగలిగే స్వేచ్ఛ కోసం చాలారోజులు ఆలోచించాను.

● నేను పెళ్లికిముందు ఒక ఏడాది మొత్తం తెల్లచొక్కా, యాష్ కలర్ ప్యాంటు కాంబినేషనే వేసుకున్నాను. ఎంపిక సమస్యను అధిగమించడానికి. దానికో సిద్ధాంతం కూడా ఉండేది. తెలుపు కల్మషానికీ, ఆ కల్మషాన్ని కాల్చాలనేదానికి బూడిదా... సంకేతాలు. అన్ని రంగులనూ తనలో ఇముడ్చుకుని పైకి మాత్రం అమాయకంగా కనబడుతుంది కదా తెలుపు... అందుకని అది కల్మషానికి గుర్తు. మనిషి కూడా అలాంటి వాడేనేమో!

● నేను బస్సులో ఉన్నప్పుడు, ఏ ఆలోచనో చటుక్కున వస్తుంది. మరిచిపోతాను కాబట్టి, దాన్ని కాగితం మీదో, చిన్న నోట్‌బుక్కులోనో రాసిపెడతాను. అప్పుడు చూడాలి, పక్క వాళ్లు వీడేదో రాస్తున్నట్టుగా తొంగిచూపులు. నా వల్లకాదు. మొన్నామధ్య వేములవాడ బస్సులో నా పక్కన చదువురాని వ్యక్తి కూర్చున్నాడు. ఇక చూడాలి నా సౌకర్యం!

● పరీక్ష హాల్లో కూడా నేను రాస్తున్నది ఇన్విజిలేటర్ వచ్చి వెనక నిలబడి చూస్తూవుంటే పెన్నుకు 'స్టాండు' వేసి, ఆలోచిస్తున్నట్టుగా నటించేవాణ్ని. బతికిపోయాను. ఇప్పుడింక పరీక్షలు రాసే శ్రమ లేదు.

● అరటిపండు తినడంకంటే, తిన్న తర్వాత తొక్క ఎక్కడ వెయ్యాలన్నది నాకు పెద్ద సమస్య.

● నువ్వు బాగా రాశావని చెబితే నాకు ఆనందం కలుగుతోంది.

● కవుల్ని దేశ బహిష్కారం చేయడం ప్రజాక్షేమం కోసం మంచిదన్నాడట ప్లేటో. చేయరా మరి! ఇంత చక్కని వచనం ఉండగా, నాకు అర్థం కాకుండా కవిత్వం రాస్తారా కవిత్వం!

● నాకో గుడ్డినమ్మకం ఏమిటంటే, నేను కావాల్సినవాళ్లు నన్ను వెతుక్కుంటూ వస్తారని.

● ఒక్కోసారి మనుషుల్ని చితకబాదాలన్నంత కోపం వస్తోంది.

● బాలకృష్ణకి, బాలకృష్ణకు... ఇందులో ఏది కరెక్టు? చిరంజీవికి కి ఓకేగానీ బాలకృష్ణకు కు యే నాకు వినడానికి బాగుంటుంది.

● లవంగం అని మనం పిలుస్తున్నదాన్ని యాలక్కాయకు పెట్టాల్సింది. రూపపరమైన ధ్వని కుదరలేదు.

● ఒకరు పోసినచోట పోయడం నాకు చచ్చే చావు. అంటే రోజుకు నేను కనీసం పది సార్లయినా చచ్చిపోతుంటాను.

● ఇంకొకరి ఇంటికి వెళ్లినప్పుడు, వాళ్ల బాత్రూమ్ వాడుకోవడం నాకు అసౌకర్యంగా ఉంటుంది.

● ప్రపంచాన్ని మార్చాలని నేను కూడా అనుకున్నా. ఇప్పటికి పోయిందని అర్థం ఇందులో ఉందా?

● గొప్ప కథలు అని చెప్పినవి చాలావరకు నాకు చప్పగా అనిపించాయి.

● అనుమతికోసం వేచి ఉండటం నాకు నచ్చదు.

● పేలు చూపించుకునే సుఖం కోసమైనా నేను అమ్మాయిగా పుడితే బాగుండని పిస్తుంది నాకు.

● ఓరోరి యోగి నన్ను కొరికెయ్‌రో... పాట నేను ఎంజాయ్ చేశాను.

● నిన్న మొన్నటిదాకా నాకు వైయక్తికం వైయుక్తికమే. జానమద్ది జానుమద్దే. యద్దనపూడి యుద్దనపూడే. ఈ కొమ్ములు ఎక్కడొచ్చి తగులుకున్నాయో, తగులుకున్నాయి. అసలు కొన్నింటిని పూర్తిగా చూడకుండా, నేను ఎలా ఉంటుందని నిర్దేశించుకుంటానో అలాగే చదివేస్తుంటాను. ఎవరో దాన్ని ఇంకోలా పలికితే, ఇలా పలికాడేమిటా అనుకునేదాకా.

● పై సమస్యే నాకు ఎంత తీవ్రంగా ఉంటుందంటే, నేను రోజూ దాన్ని దాటు కుంటూ నడిచే మా పక్కింట్లో ఉండే పెద్ద మామిడిచెట్టును కూడా నేను చూడకపోవచ్చు. సంభాషణలో ఎవరైనా దాని ప్రసక్తి తెచ్చినప్పుడు, అక్కడ చెట్టుందా? అని నేను ఆశ్చర్య పోతే, నేను నవ్వులాటకు అలా అంటున్నానని వాళ్లు అనుకుంటారు.

● ఆరోగ్యకరమైన జడ నాకు సెక్సీగా అనిపిస్తుంది.

● ఇవి చదువుతున్నప్పుడు, చదివేవాళ్ల ముఖకవళికలు ఎలా ఉంటాయో చూడా లన్న కోరిక నాకుంది.

● నేను బాగా ఇష్టపడే ఒకరిద్దరి భార్యలకు వేరే సంబంధాలు ఉన్నాయని తెలిసినప్పుడు, నేను దాదాపుగా ఏడ్చాను.

● నేను ఎక్కువ నలిగిపోయేది పశ్చాత్తాపభావంతో.

● ఏదో కక్కుర్తి ఉండబట్టిగానీ, ఈ రాయడం అనే కార్యం నాకు రోతగా అనిపిస్తోంది.

● ఓ వందమంది ఒక చోట గుమిగూడుతున్నారంటే నాకొచ్చే మొదటి సందేహం: వీళ్లు టాయ్‌లెట్ ఇబ్బందిని ఎలా అధిగమిస్తారు?

● ఏది చదివినా, ఏది విన్నా చాలాసార్లు ఇది ఇంతకుముందు నాకు తెలిసిందే/ విన్నదే/చదివిందే అనిపిస్తుంటుంది.

● అవసరానికి డబ్బులు తీసుకుని ఇప్పటికీ ఇవ్వనివాళ్లు ఎదురుపడినా, డబ్బు లిమ్మని అడగలేను. కాని నాకా విషయం గుర్తుంటుంది.

● నాకు నేనే దోషిగా నిలబడే క్షణాలను భరించలేను.

● లౌక్యంగా వ్యవహారం జరపడం నాకు చేతకాదు.

● ఇంగ్లీషులో మాట్లాడాల్సిన సందర్భం వచ్చినప్పుడు, నేను ఇబ్బంది పడతాను. హిందీ ఆ భావాన్ని కలిగించదెందుకో!

● నాలో నేను మాట్లాడుకునే అలవాటుంది నాకు.

● గుండు బెస్ట్ క్రాఫ్ అని ఇప్పటికీ నమ్ముతున్నా.

● చిల్లర కరెక్టుగా లేకపోతే బస్సులో వెళ్లేప్పుడు కండక్టర్‌ను ఎదుర్కోవడం నాకు ఇబ్బంది.

● ఇందులో చాలాచోట్ల వచ్చిన ఇబ్బంది, భయం అనే మాటలకు నిజమైన ఇబ్బంది, భయం అని అర్థం కాదు. మనిషి లోపలి భావసంచలనానికి తగిన పేర్లు అన్నింటికీ ఉన్నాయా?

● నాకెందుకో వేడి వేడి సాంబారు గిన్నె నా మీద పడే దృశ్యం చాలాసార్లు గుర్తొస్తుంది, ముఖ్యంగా హోటల్లోగానీ, పెళ్లిళ్లలోగానీ భోంచేస్తున్నప్పుడు. బహుశా, మా కీసరగుట్ట స్కూల్ దీనికి కారణం. గురుకులం కాబట్టి, మనమే సర్వ్ చేసుకోవాలి. రోజుకు కొందరు. నేను సాంబార్ బకెట్ మోయాల్సి వచ్చినప్పుడు ఎప్పుడో ఈ భయం నాలో జొరబడింది, గిన్నెను నేను కచ్చితంగా ఎత్తేస్తానని. అది ఇలా రూపాంతరం చెంది ఉంటుందా?

● దర్శకుడు అడ్రియన్ లైన్ నాకు నచ్చడానికి కారణం అంతకంటే శృంగారాన్ని బాగా చూపించగలిగేవాళ్లు నాకు తెలియకపోవడం.

● ప్యాంటు కుడిజేబులో దస్తీ పెట్టుకోవడం నాకు మొదట్నుంచీ అలవాటు. అంటే, ప్యాంటులో కర్చీఫ్ అనే వస్తువు ఒకటి ఉండటం అలవాటైనప్పట్నుంచీ. సాధారణంగా ఈ దస్తీని భోంచేసి, చేయి కడుక్కున్నాక, మూతినీ చేతినీ తుడుచుకోవడానికి తప్ప వాడను. కుడివైపు జేబులో ఉంటే, కుడి చేత్తో తీసినప్పుడు జేబు తడి అయిపోతుంది. అందుకని నాకోసారి ఎడమవైపు ఎందుకు పెట్టుకోకూడదనిపించింది. అంతే! అప్పట్నుంచీ ఎడమజేబులోనే పెడుతున్నా.

● చక్రగోల్డ్ యాడ్‌లో సోనాలి బెంద్రే వచ్చేది. ఎర్రచీర. నవ్వుముఖం. నాకు అలాంటి భార్య వస్తే బాగుండేదని కలలు కనేవాణ్ని.

● మగవాళ్లు హాఫ్ బనీన్లు ఎలా వేసుకుంటారో నాకు అర్థం కాదు. బనీన్ వేసుకోవడంలోని పరమోద్దేశం నెరవేరదు కదా! నిజమే, చేతుల బనీన్ చూడ్డానికి కాస్త పల్లెటూరితనంగా ఉంటుంది. ఇదే విషయాన్ని ఎత్తిచూపి నా డిగ్రీ ఫ్రెండ్స్ నన్ను వెక్కిరించేవాళ్లు. నేను కూడా ఒకట్రెండుసార్లు నా పల్లెటూరితనాన్ని వదిలిపెట్టి, నగరాన్ని ఆశ్రయించాను. అదే, హాఫ్ బనీన్ ధరించాను. నా వల్ల కాలేదు. అప్పట్నుంచీ, నా ఓటు చేతు గుర్తుకే.

● నేనొకసారి కీసరగుట్ట స్కూల్లో పది రూపాయలకు శ్రీధర్‌గాడితో పందెం కాచి, పది గంటెల సాంబారు తాగుతానన్నాను. నేను పూర్తిగా తాగకముందే, వాడు నాకేమన్నా అవుతుందేమోనని భయపడి డబ్బులిచ్చేశాడు. డిగ్రీ అయ్యాక ఇదే పందెం సిగరెట్లకు. స్థలం, మనుషులు వేరే. వరుసగా పది కాల్చేస్తానన్న మొనగాణ్ని ఏడోదానికే పడిపోయాను.

● సౌండ్ ప్రూఫ్ టాయ్‌లెట్లు ఉంటే బాగుంటుంది కదా!

● దువ్వెనతో తల దువ్వుకోవడమనే విషయాన్ని నేనెప్పుడో మరిచిపోయాను. చేతులే దువ్వెన.

● ప్యాంటు, షర్టు ఇస్త్రీ చేయడం అనే పనిని తగ్గించడానికి నేను జీన్సు, టీ షర్టుకు మారాను.

● పుస్తకం చదవడానికి అవసరమైన బలమైన ప్రేరణ ఏదో అందులో ఉండాలి. అది సినిమా అయినా అంతే. లేదంటే నేను చూసినదాన్నే మళ్లీ చూడటానికీ, చదివినదాన్ని మళ్లీ చదవడానికీ ఉత్సాహం చూపిస్తాను తప్ప కొత్తదాన్ని చదవను.

● ఎవరికబ్బా... గుర్తులేదు. ఎవరికోసమో రక్తం ఇచ్చాక, నర్సు ఒక యాపిల్, ఫ్రూటీ ఇచ్చింది. ఆ వంకీ గొట్టంతో ఫ్రూటీ ఎలా తాగాలో కొద్దిసేపు తిప్పలు పడ్డాకగానీ రహస్యం అర్థం కాలేదు. మన సాంకేతిక పరిజ్ఞానం చాలా అల్పం.

● నాకు చాలామందిని సర్/మేడమ్ అని పిలవడానికి అభ్యంతరం ఉండదు. కానీ వీళ్లను కచ్చితంగా సర్/మేడమ్ అనాల్సివుంటుందంటే మాత్రం నోరు రాదు.

● ఫొటో ఎందుకు అచ్చువేయాలి?

ఏదో ఒకటి, అది ఏదైనా సరే, నేను అంటూ మొదలుపెట్టి రాసేదాన్లో పాఠకుడు అది రాసిన మనిషిని ఊహిస్తాడు. అది చదువుతున్నప్పుడే రచయిత బొమ్మ పాఠకుడి మనసులో రూపుదిద్దుకుంటూ ఉంటుంది. తర్వాతెప్పుడో, ఆ రచయిత వాస్తవ ముఖాన్ని చూసినప్పుడు, తన ఊహకూ దానికీ మిస్‌మ్యాచ్ అయ్యిందంటే (సహజంగానే అవుతుంది) అతడు తీవ్రమైన నిరాశకు లోనవుతాడు.

అలా కాకుండా...

ఫొటోతో సహా ఐటెమ్ చదివినప్పుడు, పాఠకుడి ప్రమాణాన్ని ఆ ఫొటో నిర్దేశిస్తుంది. దానికి లోబడే అతడి ఊహ సాగుతుంది. ఇదిగో ఈ ముఖమే ఇది రాసింది, అన్న గమనింపు అతడికి ఉంటుంది. ఆ అక్షరాలు నచ్చకపోతే గనక, ఆ రచయిత ముఖానికి ఏ విలువా ఉండదు. అసలు ముఖం గుర్తింపుకే నోచుకోదు. అలా కాకుండా ఆ అక్షరాలు నచ్చితే గనక, క్రమంగా ఆ ముఖానికి యాడెడ్ వాల్యూ పెరుగుతూ ఉంటుంది. (నా ఫొటోకు ఇది ఒక వివరణలా కూడా భావించవచ్చు.)

● నేను క్లారిఫై చేసివుంటే, నా మీద ఉన్న బ్యాడ్ ఇమేజ్ తొలగిపోతుందని అనుకున్నప్పుడు కూడా నేను నూటికి తొంభైతొమ్మిదిసార్లు మౌనంగానే ఉంటాను.

● నాకుగా మొదట సంభాషణ ప్రారంభించడం నాకు చాలాసార్లు సాధ్యం కాదు. ఒకవేళ మాట్లాడాలనిపించినా, వందసార్లు రిహార్సల్ చేసుకుంటాను.

● ఇదింకో విచిత్రమైన సమస్య. మనం ఒక వాక్యం రాసేస్తాం. అంటే అది చదివేవాళ్లకు శిలాక్షరమై కూర్చుంటుంది. ఒకవేళ నేను వేరేవాళ్లను చదివినా ఇలాగే చదివేస్తానేమో. కానీ అది అలా ఉండదు. ఆ వాక్యంలో నూటికి నూరు శాతం నిజం ఉండదు. అలాగని అది అబద్ధమని కాదు.

ఉదాహరణకు పైన చెప్పిందే తీసుకుంటే, నేను ఎవరితోనూ ఎప్పుడూ చొరవ తీసుకుని మాట్లాడివుండలేదా?, అంటే ఉన్నాను. మరి అలా అయినప్పుడు తీసుకోలేదని ఎందుకు అనాలి?, అంటే జవాబివ్వలేను. వాక్యం వంద శాతం నిజం కావడానికీ, వంద శాతాన్ని తగ్గించేలా చేసే అంశాలకూ మధ్య ఉన్న ఆ 'చెప్పలేనితనాన్ని' ఎవరికి వారే అర్థం చేసుకోవాలని నా సలహా. లేదంటే, ఇక్కడ రాసినవి చాలా వరకు అబద్ధాలై కూర్చుంటాయి.

● చాలావరకు ఈ ఆలోచన రాగానే వచ్చినవి వచ్చినట్టు రాయడానికే ప్రయత్నించాను. చాలా కొన్నింటినే వాటి స్థానాలను మార్చాను, ముఖ్యంగా కింద వచ్చేవి. దానివల్ల కొంత కరెక్టు ఎండ్ ఉంటుందని నా ఉద్దేశం.

● కొన్ని చెప్పడం వల్ల చదివేవారికి కొన్ని ఇమేజెస్ ఏర్పడతాయన్న ఉద్దేశంతో, కొన్నింటిని రాసి తొలగించాను. అంటే నేను పూర్తి స్వచ్ఛంగా ఉండలేకపోయాను.

● అనుకుంటాంగానీ, నిజంగా మనిషి మనసులో ఉన్నవన్నీ రాయలేం. ఇలాంటి నా లోపలి విషయాలు ఇంకా వెయ్యి ఉన్నాయేమో, అనిపిస్తోంది. ఇంకొకటి చెప్పాలి. నిజంగా రాయలేమా అంటే, ఒక క్షణంలో మనకు కలిగిన భావాన్ని వాక్యంలోకి తర్జుమా చేస్తే అది సంపూర్ణ సత్యం కావాలని లేదు. అది ఆ క్షణానికి సత్యమే. కానీ ఎప్పటికీ నిలిచే సత్యం కాకపోవచ్చు.

● కొన్ని చీకటి విషయాలను కావాలనే రాయలేదు. వీటిని చెప్పకుండా ఉంటే, పై అధ్యయనం ప్రకారం క్యాన్సర్‌తో పోతాననేది నిజమే కావొచ్చుగానీ, మరీ రాళ్లతో కొట్టించుకుని అంతకంటే ముందే చచ్చిపోవడానికి నేను సిద్ధంగా లేను.

● ఇవన్నీ నిజంగాఎందుకు రాయాలీ? జీవితంలో కొన్ని దశలు దాటింతర్వాత వీటికి ఏ విలువా ఉండదు. మరి ఇలాంటి చెత్త విషయాలను ఎందుకు పంచుకోవడం అంటే- ఏమో, మనిషనేవాడు ఎలా ఆలోచిస్తాడు, ఎలా ఆలోచించగలడు, అసలు ఎంత చిన్న విషయాల గురించి ఎంత బుర్ర పాడుచేసుకోగలడు, అని చెప్పాలని ఒక దుగ్ధ. ఇంకా ముఖ్యంగా ఇవన్నీ చెప్పేస్తే ఏర్పడే ఖాళీతనం నాకు ఇష్టం.

● ఇవన్నీ రాసి పుస్తకంలో అచ్చు వేయాలా లేదా అనేదాని గురించి కూడా నేను మళ్లీ మళ్లీ ఆలోచించాను. ఇక నన్ను ఎవరూ బాగుచెయ్యలేరు. నన్ను నేను కూడా చేసుకోలేను. ఇక ఇలా చెడీ చచ్చీ, కాలి, బూడిదైపోవాల్సిందే.

నిజమే, నాకు నేను మరీ ఎక్కువ ప్రాధాన్యత ఇచ్చుకుంటానేమో!

పెన్ను

వర్తమానం ఎప్పుడూ అతి సామాన్యంగా ఉంటుంది.
అది చరిత్ర అయ్యాక దానికి లేని ఉదాత్తతను కల్పిస్తూ ఉంటాం.

బరువు

అసలు, ఆయన నన్ను చూసి చెప్పేదాకా, నేను వంగి నడుస్తున్నానని గుర్తించనేలేదు.

"అవును...ఆc... ఇదీ... కొద్దిగా," అంటూ నసిగాను, నడక వేగాన్ని తగ్గించి, నా నెత్తిన ఉన్న గంప బరువును గురించి.

"అది తెలుస్తోందిలే. అంత ముఖ్యమైనవి ఏమున్నాయందులో?" నా శరీరానికీ, అది మోస్తున్న గంపకూ నిష్పత్తి కుదరనట్టుగా ఆయన భావించినట్టున్నాడు.

'అంటే, కొన్ని పూవులు, కొన్ని ఆకులు... కొంచెం ఎండుగడ్డి, ఇంకా... నాకు తెలిసినవాళ్ల దగ్గర్నుంచీ, చదివిన పుస్తకాల నుంచీ సేకరించిన దుమ్ము..." గుర్తొచ్చి నంతవరకు చెప్పాను.

"అదీ విషయం. ఆ బరువంతటికీ కారణం ఆ దుమ్మే," చిక్కు పడకముందే దాని గుట్టు విప్పబోయేవాడిలా చెబుతున్నాడు.

నేనేమీ మాట్లాడలేదు. పైగా ఆగడం వల్ల మెడ నొప్పి.

ఆయనే అన్నాడు, "బరువయినప్పుడు దించెయ్యగలగడం వివేకం."

"అయితే సార్... ఇందులో నాకేదీ అప్రధానమైనదిగా తోచడంలేదు. ఇవ్వాళ వద్దనుకున్నది రేపు కావాలనిపిస్తుంది. రేపు పడేద్దాం అనుకున్నదాని అక్కర నాకు ఈ క్షణమే వస్తుంది."

ఒకలా నవ్వుతూ, "అయితే నిన్నెవడూ బాగుచెయ్యలేడు," అన్నాడు.

గంపను ఓసారి అమాంతం పైకెత్తి, మళ్లీ పొందిగ్గా నెత్తిన మోపుకొని, నా కాళ్లను కదిలిస్తూ అన్నాను–

"నాకు బాగుపడాలనుందని ఎవడుచెప్పాడు? మీరేమీ అనుకోకపోతే, ముందు మీరు- ఈ బాగుపడాలన్న గంపను దించేసుకోండి."

ఆయన ఏమనుకున్నాడో తెలీదు.

బరువైతే, బిడ్డను చంక మార్చుకుంటాంగానీ, వదిలేసి ఎంచక్కా పోతామా!

ఇదీ, ఇక ముందటివన్నీ 'పదాలు పెదాలు' శీర్షిక కింద ఫన్‌డే(2010-11)లో రాసినవి.

ఈ రోజుని మరింత సంతోషంగా గడపడానికి నాకు మరో కారణం దొరికింది.

ప్రేమ

బహుశా, ఆమె నా వైపు అలా అరుదుగా చూస్తుంది.

బడాయి కోసం అరుదుగా అంటున్నానేమో!

నిజానికి, ఆమె అదే మొదటిసారి చూడ్డం.

ఆ చూపు నాకు కొత్తది.

ఆ కళ్లు, 'ఏదో చెప్పబోతున్నట్టున్నావు, చెప్పు,' అంటున్నాయి.

నువ్వు చెప్పేది, నాకు చాలా విలువైంది, అంటున్నాయి.

అంత గౌరవాన్ని పొందడానికి నేను అర్హుడినేనా?

బాధలు, భయాలు, తపనలు, తహతహలు... అన్నీ నాలోంచి పిట్టలకుమల్లే ఎగిరిపోయాయి.

అంటే నా మీద మళ్లీ వాలవు, అనా?

అయినా–

ఆ గౌరవం నాలో పెంచిన గర్వపు స్వరంతో అన్నాను కదా–

'నీకు తెలుసా?

నువ్వున్నావన్న ఒకే ఒక్క కారణంగా, నేను ఈ ప్రపంచాన్ని క్షమించేశాను'.

జీవితం

నేను చింతచెట్టు కింద కూర్చున్నాను.
రావి ఆకు రాలిపడింది.
'ఇదే కాబోలు జీవితం' అనుకున్నాను.

నేను రావిచెట్టు కింద కూర్చున్నప్పుడు-
చింతాకు నా ఒళ్లో వాలింది.
'ఇదే కాబోలు జీవితం' అనుకోలేకపోయాను.

నెత్తిన బరువున్న వాడు గమ్యం త్వరగా చేరతాడు.

మనసు కేరాఫ్...

భోంచేస్తున్నప్పుడు అడిగాడు నా ఆప్తమిత్రుడు- 'ఎక్కడున్నావ్?'

నా ఎదురుగా కూర్చుని, నా జీవగంజిలోకి నంజుకోవడానికి రుచికరమైన కబుర్లు చెబుతున్నవాడు ఈ ప్రశ్న అడగటం భలే ఇబ్బంది.

'ఎక్కడున్నాను?'

ఒక దగ్గర ఉంటే చెప్పొచ్చు. పొద్దున దారిలో చూసిన ఎర్ర చుడీదార్ కుడి చెంప తడుముతున్నానని చెప్పనా! మధ్యాహ్నం పరుగెత్తుతూ కిందపడిన నా కుమారుడి ఎడమ కంట్లోని ఉప్పునీటిని తుడుస్తున్నానని చెప్పనా! కుడి ఎడమైనా సాయంత్రానికి పూర్తి కావాల్సిన వృత్తిధర్మం గురించి బెంగపడుతున్నానని చెప్పనా! ఇంకా రాత్రికి...

'అదే కదా అడుగుతున్నాను?'

అదే కదా చెప్పలేక తడబడుతున్నాను.

లోయ మీదా, శిఖరం మీదా ఒకేసారి ఉండగలిగే ఈ వైరుధ్యాన్ని ఏమనుకోవాలి? పక్కనే ఉంటూ ఎక్కడో ఉండగలిగే ఈ విపరీతాన్ని ఎలా అర్థం చేసుకోవాలి? ఇంకింతే నేను.

ఉన్నచోట ఉండను.

ఓవైపు చచ్చిపోతూ కూడా బతకడం గురించి ఆలోచిస్తానేమో!

బాధ

ఆమె
నేను
ఏమీకాము!

మనం కవిత్వాన్ని ప్రేమిస్తాం తప్ప, సూర్యోదయాన్ని కాదు; సూర్యోదయాన్ని
ఎలా కవిత్వం చేయాలన్న ఆరాటంలో దాన్ని ప్రేమించినట్టుగా కనపడతాం.

ఒక చిన్న సత్యం

ఇదింకొకరు చెబితే నేను నమ్మను.

అలాగని ఇదేమీ ఇంతకుముందు ఎవరికీ తెలియని విషయం కాదు. చాలామంది చాలాసార్లు చాలాచోట్ల చెప్పిందే!

నా రెండేళ్లు నిండని పిల్లాడితో దాగుడుమూతలు ఆడుతున్నప్పుడు 'ఇది' నా లోలోపల ఎక్కడో తళుక్కుమంది.

నేను దొంగ, వాడు పోలీస్.

ఇంట్లోని అన్ని గదులూ, ఇంటి బయటి అన్ని మూలలూ అయిపోయాక, నా అమాయకత్వం కొద్దీ– ఇక వాడికి దొరికిపోదాంలే, అనుకున్నా.

ఇంకా మాటలు రాని వాడి నవ్వుల సైగలు చెప్పాయి కదా: 'నాకు దొరక్కుండా ఉరుకు. లేకపోతే మజా ఏముంది?'

వాడికి పట్టుకోవడంపైనగానీ, దొరకడంపైనగానీ ఆసక్తి లేదు. కేవలం ఆడాలి, ఆ ఆటలో ఆనందం పొందాలి.

అది 'ఆట' అన్న ఎరిక వాడికుంది!

ఇన్నాళ్లూ నాకెందుకు లేకుండాపోయింది!

జీవితాన్ని నిందించుకోవడానికి అవకాశం ఉండాలి; లేదంటే గాలాడదు.

క్షణికం

ఈ శిఖరం ఎక్కడానికి-
     నేను పదమూడు నెలలు కష్టపడ్డాను.
     తీరా ఎక్కాక-
     కనీసం పదమూడు సెకన్లయినా గడవకముందే-
     ఇందులో నాకు ఆనందం కనబడటం మానేసింది.

జీవితం ప్రశ్న. మరణం సమాధానం.

మాయ

నా ఐదో క్లాసులో 'అ' గురించి ఆలోచించాను.
పదిలో 'ద' గురించి.
ఇంటర్లో 'త'ను కలవరించాను.
'డిగ్రీలో 'మ'ను, అటుపైన 'య'ను.
ఇప్పుడనిపిస్తోంది.
నువ్వొక్కటే నిజం.
అదంతా మాయ!
అవును, నువ్వొక్కదానివే నిజం.
నన్ను కప్పిపుచ్చేదాకానో.
నన్ను నిద్రపుచ్చేదాకానో.

మనం రేడియం లాంటివాళ్లం. కొద్దిగా కాంతి
ప్రసరించినా చాలు, వెలిగిపోగలం.

రెండో వైపు

ఈరోజు నేనేం చేశాను?
  'ప'ను తిట్టాను.
  'మ'ను కోప్పడ్డాను.
  'స'ను విసుక్కున్నాను.
  క్యాంటీన్లో చెత్త తిన్నాను.
  వరండాలో చెత్త విన్నాను.
  రోడ్డు మీద చెత్త చూశాను.
  ఇదేనా జీవితమంటే?
  ఇంకెవరో నాలోంచి చెబుతున్నట్టుగా అనిపించింది.
  జీవితమంటే ఇదే కాదు.
  జీవితమంటే ఇది కూడా.

పరమానందం

చూస్తే ఎవరూ లేరు.

గదిలో ఇద్దరమే.

ఆయన చెబుతున్నారు:

ముందు ప్ర..శాం..తం..గా కూర్చోవాలి.

కూర్చుని?

మనసును ఖాళీగా ఉంచుకోవాలి.

ఉంచి?

ఏ ఆలోచనలూ చేయకూడదు.

ఊ... చేయకపోతే?

ఆ స్థితిలో, ఆ స్థితిలో నీకు పరమానందం దొరుకుతుంది.

నేను అమాయకంగా అడిగాను కదా:

నా ఆలోచనల్లోనే నాకు అది దొరుకుతుందని మీరెందుకనుకోరు?

జీవితం మీద స్పష్టత ఉన్న వాడెవడూ కళాకారుడు కాలేడు. సమాజానికీ తనకూ మధ్య ఉన్న అంతరాన్ని పూడ్చుకోవడానికి పడే గుంజాటనలోంచే కళ ఉద్భవిస్తుంది.

సృష్టి

మా ఇంటి వెనకాల, ఒక పెద్ద బండరాయి ఉంది.

దాని చుట్టూ 'గాంధీజీ నడక'తో మూడు ప్రదక్షిణాలు చేయడానికి, మూడు నిమిషాలు పడుతుంది.

అది ఎప్పట్నుంచి ఉందో తెలీదు.

అలా ఎందుకుందో తెలీదు.

అక్కడే ఎందుకుందో తెలీదు.

కాని ఉంది. ఇదొక్కటే నాకు తెలిసింది.

ఓరోజు –

దాని చుట్టూ తిరుగుతున్నప్పుడు, ఉన్నట్టుండి నా నడక ఆగిపోయింది.

చాలా ఏళ్లుగా నన్ను వేధిస్తున్న ఓ ప్రశ్నకు జవాబు తట్టినట్టనిపించింది.

అవును కదా! ఈ రాయిమీద నా పేరు చెక్కుకోవచ్చు కదా!

నాకు నేను అర్థమవుతున్నకొద్దీ నీకు దూరమవుతున్నాను.

సృజన

అది నాలో ఉన్నంతకాలం ఉంది.
    లేనప్పుడు లేదు.
    ఉన్నప్పుడు
    నా ముఖం వెలిగిన మాట నిజమే.
    కాని, ఎలా, ఎప్పుడు వెళ్లిపోయిందో
    వెళ్లిపోయింది.
    అది పోయాక కూడా, ఉన్నట్టుగా నటించినంత కాలం
    నేను చీకట్లో ఉన్నా.
    పోయిందాన్ని పోయిందని గుర్తించాకే,
    నా ముఖంలోకి కొత్త కళ వచ్చి చేరింది.

ఒక్కోసారి శృంగారం కూడా రుచించనంత చేదు
మన జీవితాల్లో ఉంటుంది.

త్రిభుజం

నా మిత్రుడు తన బాల్యస్నేహితురాలితో పదమూడేళ్ల తర్వాత జరిగిన మొదటి సమావేశం గురించి బాధపడుతూ ఇలా చెప్పాడు.

అనుకోకుండా ఆమె చిరునామా దొరికింది. అతడు వెళ్లాడు.

ఆ ఉద్వేగపు సన్నివేశంలో అతడు ఆమె జడను స్వేచ్ఛగా తాకగలిగాడు.

కాని ఇంతలో ఒక ధూర్తుడు తలుపు కొట్టాడు.

ఆశ్చర్యంగా అతడు ఇద్దరికీ కావాల్సినవాడు.

దానివల్ల వారి ఉద్వేగం చల్లబడి, కావాల్సిన తెరిపి లభించి, ఏదో వివేకపు పొర ముఖంమీద వ్యాపించినట్టయింది.

అపురూప సన్నివేశం కాస్తా మామూలు నిష్క్రమణతో ముగిసిపోయింది.

అతడు నాతో కోపపు ఏడుపుతో అన్నాడు కదా–

ఆ దుర్మార్గుడు రేపు రావొచ్చు, నిన్న రావొచ్చు. ఒకవేళ ఇవ్వాళే రావాల్సి ఉండిందనుకుందాం. ఇంకో గంట ముందో, అరగంట ఆలస్యంగానో రావొచ్చుకదా! అప్పుడే, ఆ సమయానికే, ఏదో సంకేతం అందుకున్నవాడిలా రావాలా?

ఆ ధూర్తదుర్మార్గుడిని నేనే కావడం నాకు దుఃఖకారణం కాలేదు. ఒకవేళ నేను గనక ఆ సమయానికి వెళ్లకపోయి వుంటే, కచ్చితంగా వాడికంటే ఎక్కువగా నేను ఏడుస్తూ ఉండేవాణ్ని.

సరైన తోవ

ఈ సంవాదం జరుగుతున్నప్పుడు, అదృష్టవశాత్తు నేను ఆ దారినే వెళ్తున్నాను.

మర్రిచెట్టు కింద ఉన్న చప్టా మీద కూర్చుని, ఇద్దరు మాట్లాడుకుంటున్నారు. ఒకాయన కాషాయధారి, రెండో మనిషి రుమాలుధారి.

సాధువును సామాన్యుడు ఇలా అడుగుతున్నాడు. నాకెందుకో అది నిలదీస్తున్నట్టుగా అనిపించింది.

అసలు ఈ మార్గమే సరైనదని నువ్వు ఎలా చెప్పగలవు? నీ జీవితం పూర్తయ్యే దాకా నువ్వు సాగుతున్నది సరైనదో కాదో నీకు తెలియదు కదా! నిన్ను బలంగా ముందుకు తోసి నువ్వు ఈ విధంగా కావడానికి కారణమైన సంఘటనలు వెనక్కి తిరిగి చూసుకున్నప్పుడు ఇంకోలా కనిపించొచ్చు కదా!

దానికి ఆ సాధువు నవ్వుతూ అన్నాడు కదా:

అందుకే నేను చెప్పడం ఎప్పుడో మానేశాను. నువ్విప్పుడు అడుగుతోంది కూడా నన్ను కాదు, నీకు నిన్నే.

ఆ తాత్విక చర్చలో పాల్గొనే సాహసం చేయలేకపోయానుగానీ, ఇంటికి చేరుకునే దాకా నన్నో సందేహం పీడిస్తూనే ఉంది. జీవితం ముగిస్తేగానీ, సరైన దారేమిటో తెలియదు కదా. ముగిశాక, ఇక చెప్పడానికేముంటుంది?

ధ్యానం

ఇంత జాగ్రత్తగా ఉంటావు కదా, ఆ కాలికి గాయమెలా అయిందని అడిగింది తను.
కలిగిన నొప్పి కంటే, నువ్వింతసేపూ అడగలేదనే బాధే ఎక్కువగా ఉండింది.
అన్నాను కదా:
అయితే నా సాహసగాథ విను.
బైకు యాక్సిడెంట్ అయినప్పుడు నేను మీ ఇంట్లో ఉన్నా.
మెలకువ వచ్చి చూసేసరికి మా ఇంట్లో ఉన్నా.

ఏదో ఒక అవ్యక్త ఖాళీతనం మనల్ని
నిరంతరం వెక్కిరిస్తూనే ఉంటుంది.

ఉత్తమ పురుషుడు

ఇది మీకు కాస్త విచిత్రంగానే ఉండొచ్చు.

ఈయన నాకు దూరపు బంధువు. వరుసకు పెద్దనాన్న.

'ఆ రోజుల్లోనే' ఆయనకు టీచర్ నౌకరీ వచ్చింది. కొంతకాలానికే అది మానేశాడు.

దానికి ఆయన చెప్పిన కారణం:

ఈ ప్రపంచంలో ఉత్తమోత్తమమైన మానవులు తప్ప మిగిలిన ఎవరూ ఉపాధ్యాయ వృత్తికి అర్హులు కారు.

మనల్ని ఉత్తమోత్తమమైన కేటగిరీకి చేరకుండా చేసే అవలక్షణాలు ఏమిటో నాకు అంతుపట్టలేదు.

నాకు తెలియకడుగుతాను, ఏ స్త్రీ వైపయినా కన్నెత్తి చూసినప్పుడు కలిగే రసస్పందన మనల్ని ఉత్తమోత్తమ కేటగిరీకి చేర్చకుండా చేస్తుందా?

చాలా ఏళ్లుగా ఆయనతో మాకు కాంటాక్టు లేదు.

ఈ మధ్యే ఒక పెళ్లిలో ఆయన ప్రస్తావన వస్తే తెలిసింది, ఆయన ఆరోగ్యం బాలేదని. నా కుతూహలమల్లా, ఆయన ఇన్ని రోజులు ఏం చేశాడని. అదే అడిగాను.

ఊళ్లో వ్యవసాయం చేస్తున్నాడని తెలిసింది.

ఈయన్ని ఒకసారి చూసి రాకపోతే మాత్రం, నేను కచ్చితంగా ఉత్తమోత్తమ విభాగంలో చేరకుండా పోతాను.

వృత్తం

మనం గమనించంగానీ, మన చుట్టుపక్కల ఎంత గొప్పవాళ్లుంటారో!

ఎవరో ఒక బతికి చెడినాయన ప్రస్తావన వచ్చినప్పుడు, నేను ఒక్కొక్కరిలో ఒక తాత్వికుడిని దర్శించాను.

నేనప్పుడు ఒక విందులో ఉన్నానులే.

ఒకాయన అన్నాడు కదా:

నేననుకోవడం, దేనికీ తీర్పు ఇవ్వలేని, ఇదీ అని తేల్చుకోలేని, ఒక నిర్ణయానికి రాలేని విధంగా అతడి మానసికస్థితి రూపొందుతూ వుంది. రాన్రానూ, జీవితం ఆయనకు మరింత స్పష్టంగా అర్థం కావాల్సిందిపోయి, గందరగోళంగా మారుతూ వుంది.

ఇంకొకాయన చెప్పాడు కదా:

ఇన్ని కోట్లమంది మన పూర్వ పురుషులు ఎన్నో జీవితాల్ని జీవించి ఏర్పరచిన ఈ వ్యవస్థల్ని ఒక్కసారిగా కూలదోయాలనుకోవడం సరికాదు, వల్లకాదు. ఒకవేళ దీన్ని దాటుకుని ముందుకుపోయినా, అందరమూ సామూహికంగా వేస్తున్న అడుగే అది. కాబట్టి ఇందులో నిరసించాల్సింది ఏముందని!

దానికి ఇంకొకాయన అంటాడు కదా:

మిత్రులారా! చూస్తుంటే, ఆయనకు ఇంకా యవ్వనం కరిగిపోయినట్టు లేదు. చిట్టచివరికి ఇదే బాగుందన్న నిర్ణయానికి రావడానికి ఆయనకు ఎంతోకాలం పట్టదు.

ఆ బతికి చెడినాయన మీది సానుభూతి కొద్దీ నేను మౌనశ్రోతనే అయ్యాను.

లవ్‌స్టోరీ

ఓ నల్లటమ్మాయి, ఓ అర్భక అబ్బాయి.

ఈ ప్రేమకథ ఎవరికైనా ఆసక్తిగా ఉంటుందా?

ఉంటుంది. ఆ అమ్మాయికి, ఆ అబ్బాయికి.

ఇంకా ఆమె ఫ్రెండ్సుకు అతడి స్నేహితులకు.

ప్రేమ ఓకే అయితేగనక వాళ్ల ఇంట్లోవాళ్లకు, బంధువులకు కూడా.

మరి ఎవరికి నచ్చనట్టు?

నీకు.

నాకు.

ఈ ప్రపంచం మొత్తం పరస్పరాదేశాల మేరకే నడుస్తుంటుందన్నది నువ్వు గ్రహిస్తే, ఏకకాలంలో అందరూ బందీలే, అందరూ స్వేచ్ఛా జీవులే అని అర్థమవుతుంది.

గుంపు

గతంలో నాకు పెద్దనాన్ను వరసయ్యే ఒకాయన గురించి చెప్పాను కదా!

ఆయన్ని కలిసినప్పుడు ఆయన చెప్పిన మాటలివి:

మీకు చెప్పడం మరిచాను, ఆయన కొన్నాళ్లు ఊరొదిలి వెళ్లిపోయాడు. మా ఊరివాళ్ల భాషలో 'సన్నాసుల్లో కలిసిపోయిండు'.

ఇప్పుడు ఆయన నోటినుంచే వినండి.

అందరూ బాధల నుంచి విముక్తి కోసం నేను పారిపోయాననుకుంటారు. కాని, నేను సంతోషాన్ని వెతుక్కుంటూ సాగిపోయాను. చివరికి తెలుసుకున్నదేమంటే, మనుషులు పూర్తి సంతోషంగా ఎప్పుడూ లేరు.

ఏది జీవితం అనుకున్నానో అది జీవితంలాగా కనబడలేదు.

కుటుంబమనే గుంపును వీడి సన్యాసుల్లో చేరి ఏకాకి కమ్మని చెబుతారు.

కాని సన్యాసులదీ ఒక గుంపే కదా!

ప్రేమ బాధ ఆప్యాయత అసూయ... ఇవన్నీ ఏ గుంపుకైనా సహజ లక్షణాలు అనుకున్నప్పుడు ఏ గుంపులో ఉంటేనేం?

_____

పురుషుడు వేరు, సుబ్బారావు వేరు.

జడచైతన్యం

మా ఊరి మల్లయ్యను నేను జడత్వానికి ప్రతినిధిగా భావించేవాణ్ణి.

అలా అనుకుంటున్నప్పుడు నన్ను నేను చైతన్యానికి ప్రతిరూపంగా తలచేవాణ్ని.

ఆయన ఎప్పుడూ ఊరు కదల్లేదు. ఏ కొత్త చోటూ చూల్లేదు. ఏ కొత్తదీ అనుభవించలేదు.

రుమాలు, బుడ్డగోచి, చేతికర్ర... ఇంతేనా జీవితం?

అదే అడిగానాయన్ని ఓ రోజు.

బదులు చెప్పకుండా, ఆయన తను పెంచిన మామిడిచెట్టును చూపించాడు.

'చెట్టు కదలకుండానే పెరుగుతుంది చూడు; మనిషి కూడా అలా లోలోపల పెరగలేడంటావా?' అని ఆయన వేసిన ప్రశ్నగా భావించాను.

నేను నిజమేనా?

అమ్మకు కూడా పేరుంటుందని తెలిసిన ఆశ్చర్యం అది.

మాస్టర్‌పీస్

ఓ యువ రచయిత కొన్ని నియమాలు పెట్టుకున్నాడు.

అత్యద్భుతమైన శైలి ఉండాలి.

వినూత్నమైన శిల్పం ఉండాలి.

సున్నితమైన భావాలుండాలి.

నిగూఢమైన అంతరార్థమూ ఉండాలి.

ఇంతకుముందెవరూ అలాంటిది రాసి ఉండకూడదు.

నువ్వు ఎప్పుడు పూర్తి చేస్తే అప్పుడు దాన్ని అచ్చువేసే బాధ్యత నాదని చెప్పాను.

అయితే, మరింత సాహిత్యం అధ్యయనం చేయమన్నాను, సమకాలీనులు, పూర్వులు, అంతకుపూర్వులు.

రోజులు, నెలలు, సంవత్సరాలు కూడా గడిచాయేమో!

ఓసారి అనుకోకుండా ఎదురయ్యాడు. ఆనందంతోకూడిన దుఃఖం ఉందతడిలో.

ఇక నేను ఏమీ రాయబోవడం లేదని చెప్పాడు.

ఏం?

నేను ఒక వందేళ్ల ముందు పుట్టివుంటే, ఈయనలా నేను కూడా ఆలోచించానే, అని ఇతర రచయితలు నన్ను చదివి ఆశ్చర్యపోయేవాళ్లు, ఇప్పుడు నేను పోతున్నట్టుగా.

నేనేమీ మాట్లాడలేదు.

అతడు రాయకుండా వదిలేసిందే అతడి మాస్టర్‌పీస్ అని మాత్రం నమ్ము తున్నాను.

రహస్యం

ఈ విషయం చెబితే, నువ్వు నవ్వుతావని నాకు తెలుసు.

'మరీ ఇంత అతిశయమా?' అంటావు.

కానీ నీకు ఎప్పటికి అర్థమవుతుంది, నేను చెప్పేది పచ్చి నిజమని.

ఏయ్... అలా చూడకు. ఇంత పచ్చి అబద్ధం ఉంటుందా! అన్నట్టుగా ఉన్నాయా చూపులు.

ఒకవేళ నేను చెప్పినవి గతంలో అబద్ధమైనా సరే, ఇప్పుడు చెప్పబోయేది నిజం కాకుండా పోదు.

సరే... సరే... చెప్పమంటున్నావా?

అయితే, కళ్లు మూసుకుని, చెవులు రిక్కించి, విను:

నేను గుర్తించడం వల్లే ఈ సృష్టికి ఇంత ప్రాధాన్యత ఏర్పడింది.

కళాకారుడి ఆలోచనకు చేరువగా వెళ్లగలమే తప్ప, ఎప్పటికీ చేరుకోలేం.

ప్రయాణికుడు

నాది రెటమతం అనేవాళ్లు చూపించే ఒకే ఒక కారణం:

వాళ్లతో నేనెప్పుడో మా ఊరి కొండమీదికి ఎవరూ వెళ్లని తోవలో వెళ్తానని చెప్పడం.

కానీ ఆశ్చర్యం!

నేను ఏ దారిలో నడవాలని అనుకున్నా ఆ దారిలో ఇదివరకే ఎవరో ఒకరు నడిచే ఉన్నారు.

అందుకని నేను ఇంట్లోనే ఉండిపోదామనుకున్నా.

విచిత్రంగా, అలా ఉండిపోయినవాళ్ల గురించి కూడా తెలిసింది.

ఇక ఏదీ దారి?

ఎప్పుడైతే నేనే ఒక కొత్త దారిని వేయాలని పలుగూ పారా చేతబట్టుకొని నిలుచున్నానో, నా మీద బరువు ఉండింది.

అది అవసరం లేదని తెలుసుకున్నాక, నేను ప్రయాణికుణ్ని మాత్రమే.

నేను ప్రపంచాన్ని రెండు రకాలుగా విభజిస్తున్నా.
నాలా ఉండగలిగేవాళ్లు, నాలా ఉండలేనివాళ్లు.

ఉనికి

ఇదిగో, ఇక్కడ్నుంచి చూస్తే మీకు బాగా కనబడుతుంది.

సూర్యుడు తన కిరణాలతో గుచ్చుతూ భూదేవితో సరసాలాడుతున్నాడు.

ఆ అబ్బాయి ఆమె చేతివేళ్లతో ఆడుతూ ఆమె చెప్పే కబుర్లు వింటున్నాడు (వింటాడా?).

పేరు తెలియని పిట్టేదో ఇంకో తనజాతి ముక్కును మురిపెంగా పొడుస్తోంది.

హో...

అందరూ బాగున్నారు, అంతా బాగుంది గానీ–

ఇప్పుడు నా బాధంతా

రేపొద్దున నేను లేకపోయినా

ఈ ప్రపంచం మామూలుగా ఉంటుందనే!

విరుద్ధమైన, కలగాపులగమైన భావాలన్నీ కూడా ఒక పెద్ద ఆలోచనలో భాగమే. నువ్వు మథనం అనుకుంటున్నదంతా నీ లోపలి చర్చే. ఆ చర్చ ముగియగానే నువ్వు 'ఒక్కటి'ని దర్శిస్తావు.

ఆప్తవాక్యం

పెన్సిల్ షార్ప్‌నర్

(ఓ మిత్రుడి పిల్లనగ్రోవి)

తన చర్మం బయట తాను వేసే పిల్లి మొగ్గలకు... పిచ్చి వేషాలకు మూలాల్ని-

రహస్యంగా అదే చర్మం వెనుక తన కణజాలపు లోతుల్లో వెదుక్కోగలిగిన ఇన్నర్ స్ట్రక్చర్ గలవాడి -

పుస్తకానికి... ఎవరైనా రాయడానికి పెద్దగా ఏముంటుంది?

కాబట్టి -

మీ టైం ఎక్కువ తీసుకోకుండా...

మూడంటే మూడు విషయాలు మాత్రమే... అదీ క్లుప్తంగా చెప్పి ముగిస్తాను.

2009-

పూడూరి రాజిరెడ్డిగారి రచనలు పరిచయమైన సంవత్సరం. వీరిది 'ప్రత్యేకమైన అభివ్యక్తి' అనుకున్నాను.

కొంత సాన్నిహిత్యం పెరిగాక-

'వీరిది ప్రత్యేకమైన అభివ్యక్తి' అని నేననుకున్నట్లుగానే -

'నాది ప్రత్యేకమైన అభివ్యక్తి' అని తనకు తాను గర్వంగా భావించే శారీరక నిర్మాణం ఉన్నవాడిగా వీరు కనిపించారు. ఇలా గర్వపడటం తప్పేంకాదు.

'నువ్వు సామాన్యుడివి కాదురా బాబూ...!' అని ఇతరుల కన్నా ముందే తను ఆశ్రయించిన వాడిని మాయ చేస్తుంది మనసు.

మనిషి శరీరంలో శాశ్వత స్థానం కోసం అది ఆడే డ్రామాల్లో ఇదొకటి.

మరి తప్పేమిటయ్యా అంటే -

'నేను సామాన్యుణ్ని కాదు' అని గర్వపడటం వల్ల ఇతరులు 'తక్కువ'గా కనిపించడం.

మానసిక నిర్మాణం రీత్యా రాజిరెడ్డిగారికి ఈ దుర్గుణం లేకపోవడం గమనించాను.

కాబట్టి రాజిరెడ్డిగారు నాకు మిత్రుడు రాజిరెడ్డి అయ్యాడు.

మరింత సాన్నిహిత్యం పెరిగాక–

'నేను సామాన్యుణ్ని కాదు' అని నాకు నేను తియ్యగా భావించేలా చేస్తున్నదేమిటి? ఎక్కడుంది దీనికి మూలం?' అని వెదుక్కునే స్ట్రక్చర్ కూడా ఉన్న రాజిరెడ్డిని గమనించాను.

ఈ రాజిరెడ్డి –

'ప్రకృతిలో ఇన్ని ఎక్స్‌ట్రీమ్ షేడ్స్ ఉన్నప్పుడు... దాన్లోంచే వచ్చిన నాలో ఎన్ని ఉండొచ్చు?' అని ప్రశ్నించుకున్నవాడు.

'నన్ను నేను కూడా బాగు చేసుకోలేను. ఇలా చెడీ (?) చచ్చీ కాలి బూడిదై పోవాల్సిందే' అన్న జవాబు పొందుతున్నవాడు.

సమస్త జీవజాలంలో తన 'మానవ పరిమితి'ని తెలుసుకోవడం కూడా పరిణతి చెందడమే.

సాహిత్యంలో గానీ ఇతర ఏ కళలో గానీ వ్యక్తమయ్యే 'తాత్వికత' యొక్క వేర్లు పూర్తి క్రాఫ్ట్‌లో కాకుండా – స్వీయ చింతనలో కూడా నానుతూ ఉండాలనేది నా వెర్రి ఆశ.

మిత్రుడు రాజిరెడ్డి ఇటువైపు అడుగులు వేస్తున్నందుకు ఆనందంగా ఉంది.

– భగవంతం

22. 6. 2011

కొత్తగూడెం

Made in the USA
Monee, IL
23 August 2025

24040618R00080